தி கு இரவிச்சந்திரன்

உளப்பகுப்பு ஆய்வாளர். சிக்மண்ட் ஃப்ராய்டையும் ழாக் லக்கானையும் விரிவாகத் தமிழில் அறிமுகப்படுத்தியவர். முப்பத்திமூன்று ஆண்டுகள் ஃப்ராய்ட், யூங், லக்கான் அதிர்வலைகளில் இலக்கியம், நாட்டார் வழக்காற்றியல், மானிடவியல், இந்தியவியல் முதலான களங்களில் உளப்பகுப்பாய்வு நிகழ்த்தி வருபவர். ஃப்ராய்டின் 'கனவுகளின் விளக்கம்' மொழிபெயர்ப்பு, கார்ல் யூங் பற்றிய பெருநூலாக்கம் இவரது தற்போதைய திட்டங்கள். மொழிபெயர்ப்பாளர், நவீன கவிஞர், புதுவைப் பல்கலைக்கழகத் தமிழ்ப் பேராசிரியர். இது, இவரின் பதினைந்தாவது நூல்.

கனவிலுங் கனவு
பாரதியார் சுயசரிதை உளப்பகுப்பாய்வு

தி. கு. இரவிச்சந்திரன்

சுப்பிரமணிய பாரதியார் தமிழியற்புலம்
பாரதி இருக்கை வெளியீடு

கனவிலுங் கனவு
பாரதியார் சுயசரிதை உளப்பகுப்பாய்வு
தி கு இரவிச்சந்திரன்
© ஆசிரியருக்கு

முதல்பதிப்பு: டிசம்பர் 2024
பக்கங்கள்: 112

வெளியீடு: சுப்பிரமணிய பாரதியார் தமிழியற்புலம், பாரதி இருக்கை & பரிசல் புத்தக நிலையம்
47, B1 பிளாட், தாமோதர் பிளாட் ஐஸ்வர்யா அப்பார்ட்மெண்ட்,
முதல் தளம், ஓம் பராசக்தி தெரு, வ.உ.சி நகர்,
பம்மல், சென்னை 600 075.
parisalbooks2021@gmail.com
தொடர்புக்கு: 93828 53646, 88257 67500

அட்டை, புத்தக வடிவமைப்பு: பா. ஜீவமணி
அச்சகம்: The Print Park, Chennai 600 117.

விலை: ரூ 140

Kanavilung Kanavu
Bharathiyar Suyasarithai Ulappakuppayvu
T K Ravichandran
© Author

First Edition: December 2024
Pages: 112

by Subramania bharati school of Tamil, Bharathi Chair & Parisal Putthaga Nilayam
No. 47 B1 Flat, First floor, Dhamodar Flat Aiswarya Apartment, Om Parasakthi St, VOC Nagar, Pammal, Chennai 600 075.
Contact: 93828 53646, 88257 67500 | Parisalbooks2021@gmail.com

Wrapper, Book Layout: B Jeevamani
Printed by: The Print Park, Chennai 600 117.

Price: Rs. 140
ISBN: 978-81-19919-77-2

நனவிலிக் கவிஞர்
பாரதியாருக்கு

உள்ளடக்கம்

☐	ஆய்வு வரலாற்றில் ஒரு மைல்கல்.	9
☐	என்னுரை	11
1.	இலக்கியம்: படைப்பாளியின் பகற்கனவு	13
2.	பாரதியார் படைத்த 'கனவு'	24
3.	'கனவிலுங் கனவு' - பகுப்பாய்வு	37
4.	நிறைவுரை	106
☐	துணைநூல்கள்	110

ஆய்வு வரலாற்றில் ஒரு மைல்கல்.

பா. இரவிக்குமார்

> *"சாத்திரங்கள் கிரியைகள் பூசைகள்*
> *சகுன மந்திரம் தாலி மணியெலாம்*
> *யாத்து எனைக் கொலை செய்தனர்"*

என்று எழுதிய பாரதியின் நிலைகுலைய வைக்கும் கவிதையைப் படித்து அதிர்ந்து போன பாரதி அன்பர்களுள் நானும் ஒருவன். 'கனவு' என்று அழகான தலைப்பில் தன் சுயசரிதையை எழுதியுள்ள பாரதியின் பதற்றமான வரிகள் இவை. தன்னுடைய திருமணம் குறித்து இப்படி ஒரு கவிதையை ஒரு கவிஞன் எழுதுவானா? *"உலகெலாம் ஓர் பெருங்கனவு அஃதுளே உண்டு உறங்கி இடர் செய்து செத்திடும் கலக மானிடப் பூச்சிகள் வாழ்க்கையோர் கனவிலுங் கனவாகும்"* என்ற மகாகவியின் கவிதை வரிகள் என் நெஞ்சின் கல்வெட்டுகளுள் ஒன்று. பாரதியின் படைப்புகள் குறித்து, இன்னமும் நூறு நூல்கள் வரவேண்டும், எனக் கருதுபவன் நான்.

பாரதியின் சுயசரிதையைக் கோட்பாட்டு ரீதியில் ஆய்விற்குட்படுத்துமாறு நண்பர் தி கு இரவிச்சந்திரனிடம் ஒரு வேண்டுகோளை முன்வைத்தேன். என் வேண்டுகோளை ஏற்று உளப்பகுப்பாய்வு நோக்கில் இந்த நூலை அற்புதமாக எழுதியிருக்கிறார். முப்பது ஆண்டுகளுக்கும் மேலாக ஃப்ராய்டியத்தில் தோய்ந்து தன் வாழ்க்கையையே ஆய்விற்காக ஒப்புக் கொடுத்தவர். தி கு இரவிச்சந்திரன் அதனால்தான் இந்த நூல் சாத்தியமாகியிருக்கிறது. மேனாள் பேராசிரியர் அரங்க.நலங்கிள்ளி அவர்களின் நூல்களின் மூலமாகவே ஃப்ராய்டியத்தை ஓரளவு அறிந்துகொண்டிருந்தேன். இடிபஸ் சிக்கலை ஒரு வகையான சூத்திரமாக (கழசஅரடய) மட்டும் புரிந்துகொண்டிருந்தேன். அதைத் தகர்த்தெறிந்துவிட்டது இந்த நூல். பெரும்பாலானவர்கள் நம்

தமிழ்ச் சூழலில் கோட்பாடுகளைச் சரியாகச் செறித்துக் கொள்ளாமல், இலக்கியங்களில் கோட்பாடுகளைப் பொருத்திக் காட்டுவதில் தடுமாறுகிறார்கள். தி கு இரவிச்சந்திரன் ஃப்ராய்டியத் திறனாய்வை ஒரு கலையைப் போல கையாள்கிறார். 'ஆறாம் அறிவு என்பது பகுத்தறிவல்ல மனம் என்கிறார் தொல்காப்பியர்' என்று நினைவுபடுத்தி ஃப்ராய்டும் தொல்காப்பியரும் சந்திக்கும் புள்ளி எது எனச் சுட்டிக்காட்டுகிறார். ஃப்ராய்டியத்தை இவ்வளவு ஆழமாகவும் எளிமையாகவும் புரிய வைக்க முடியுமா எனத் தெரியவில்லை. தந்தை வழிச் சமூகத்தில், பிளவுண்ட மனக் காதலே மனிதனுக்கு வாய்க்கும் என்பதை வலியுறுத்தி பாரதியின் வாழ்க்கை வரலாற்றில், இந்தப் பிளவு எவ்வாறு நேர்ந்தது அது எவ்வாறு இடம் பெயர்ந்தது தந்தை மீதான வெறுப்பு எவ்வாறு அவருடைய தேச விடுதலைக்கு வித்திட்டது எவ்வாறு ஏன் ஆன்மீக விடுதலையை நோக்கிப் பரிமாணம் அடைந்தது என்பதைத் தர்க்க ரீதியாக இந்த நூலில் நிறுவியுள்ளார்.

தி கு இரவிச்சந்திரனின் இந்த நூலைப் படித்து விட்டு, அனைத்துப் படைப்பாளர்களின் படைப்புகளிலும், வாழ்க்கை வரலாறுகளிலும் உளப்பகுப்பாய்வு அணுகுமுறையை ஆய்வாளர்கள் பயன்படுத்தலாம். அந்த அடிப்படையில் தமிழ் ஆய்வு வரலாற்றில் இந்த நூல் ஒரு மைல் கல்லாக இருக்கும் என நம்புகிறேன்.

சுப்பிரமணிய பாரதியார் தமிழியர் புலத்தில் பாரதி இருக்கையின் பொறுப்பாளர் என்கிற முறையில் இந்த நூலைக் கொண்டு வருவதில் மிகுந்த மகிழ்ச்சியை அடைகிறேன். பாரதி இருக்கையைப் புதுவைப் பல்கலைக்கழகத்தில் நிறுவிய பல்கலைக்கழக மானியக்குழு மேனாள் துணைவேந்தர் குர்மீத் சிங், துணைவேந்தர் தரணிக்கரசு, புலமுதன்மையர் சுடலைமுத்து, துறைத்தலைவர் மு. கருணாநிதி மற்றும் பேராசிரியப் பெருமக்கள் அனைவருக்கும் நன்றியைத் தெரிவித்துக் கொள்கிறேன்.

குறுகிய காலத்தில் இந்த நூலைக் கொண்டு வருவதில் துணை நின்ற 'பரிசல்' செந்தில்நாதன், நூலை அழகுற வடிவமைத்த ஜீவமணி, இருவருக்கும் நன்றி.

பாரதியியலுக்கு ஆகப் பெரிய பங்களிப்பு இந்த நூல். தமிழ் கூறு நல்லுலகம் இந்த நூலுக்கு வரவேற்பளிக்க வேண்டும்.

என்னுரை

ஏன்பிறந்தனன் இத்துயர் நாட்டிலே?

- பாரதியார்

'**எ**னக்கு முன்பே கவிஞர்களும் தத்துவவாதிகளும் நனவிலியைக் கண்டுபிடித்துவிட்டனர்' என்று தனது எழுபதாவது பிறந்த நாள் விழாவில் ஃப்ராய்ட் கூறினார். 'ஆய்வுப் பாதையில் நான் எங்கே சென்றாலும் எனக்கு முன் அங்கே ஒரு கவிஞன் இருப்பதைக் காண்கிறேன்' என்று ஓரிடத்தில் கூறுவார். என்னைப் பொறுத்தவரை தொல்காப்பியரும் திருவள்ளுவரும் இருக்கின்றனர். 'ஆறறிவதுவே அவற்றொடு மனனே' என்ற தொல்காப்பியமும் 'கனவினால் உண்டான காமம் நனவினால் நல்காரை நாடித் தரற்கு' என்ற திருக்குறளும் சான்று.

ஃப்ராய்டுக்கு முன்பிருந்த கவிஞர்கள் மட்டுமின்றி, அவருக்குப் பின்வந்த கவிஞர்களுக்கும் இது பொருந்தும். அவர்களுள் பாரதியார் ஒருவர். இவரின் 'கனவிலுங் கனவு' என்கிற சொற்லாடல் ஃப்ராய்டின் *'கனவுகளின் விளக்கம்'* நூலில் இருப்பதாகும். ஆனால், இருவருக்கும் தொடர்பில்லை. இங்கிருந்து எனது ஆய்வைத் தொடங்குகிறேன்.

சுமார் 1910 ஆம் ஆண்டு 'கனவு' எனும் தலைப்பிற் ஒரு கவிதையைப் படைத்தவர் பாரதியார். அது, 1937 ஆம் ஆண்டு 'சுயசரிதை' எனும் பெயரில் வெளிவந்தது. பெயருக்குத்தான் இது சுய சரிதை. ஆனால், இதில் வாழ்க்கை முழுவதும் சொல்லப்படவில்லை. பாரதியாரின் நோக்கம் அதுவன்று. அவரின் பிள்ளைப் பருவத்தில் மிகவும் பாதித்த நிகழ்வை/ காதலை/ காதல் தோல்வியை முன்வைக்கிறார்.

பாரதியாரைப் பொறுத்தவரை, இந்த நிகழ்வு அவரது உள வாழ்வின் திருப்புமுனை என்று உளப்பகுப்பாய்வு நோக்கில் புரிந்து கொள்ளலாம். அப்படியென்ன விளைவுகளை இந்தக் காதல் அவருள் ஏற்படுத்தியது என்பதை ஃப்ராய்டியக் கண் கொண்டு பார்க்கிறேன். பார்த்ததைப் பகர்கிறேன். பகர்வதைப் பாருங்கள்... உங்களுக்குள் ஒரு கனவும் கனவுக்குள் கனவும் தெரியவரும். நீங்கள் யாரென்று புரியவரும். இது, பாரதியார் பற்றிய உளப்பகுப்பாய்வுச் சுருக்கம். இதை நீங்கள் அறிந்தேற்பீர்கள் என நம்புகிறேன்.

இந்த நூலை வெளியிட முன்வந்தவர் நண்பர் பா. இரவிக்குமார். புதுவைப் பல்கலைக்கழகம் தமிழியற் புலம் பாரதியார் இருக்கையின் பொறுப்பாளர் என்கிற முறையில் கடந்த ஆண்டு இவர் நடத்திய தேசியக் கருத்தரங்கில், பாரதியாரின் 'கனவு' குறித்து ஃப்ராய்டிய உளப்பகுப்பாய்வை வழங்கினேன். அதை, சிறு நூலாக்கம் செய்ய விரும்பினேன். பாரதியார் இருக்கை வழியில் இப்போது வெளிவருகிறது.

இது, பாரதியார் பற்றிய உளப்பகுப்பு 'ஆய்வுச்சுருக்கம்'. முழுமையான புரிதலுக்கு யூங், லக்கான் பார்வைகளும் தேவைப்படுகின்றன. அவற்றைக் கூடிய விரைவில் எதிர்பார்க்கலாம்.

கனவுடன்...

தி கு இரவிச்சந்திரன்
புதுவையிலிருந்து

இலக்கியம்:
படைப்பாளியின் பகற்கனவு

இலக்கியம் என்பது கனவு போன்று நிறைவேறாத விருப்பங்களின் புனைவேட வெளிப்பாடு.

- சிக்மண்ட் ஃப்ராய்ட்

உளவியல் வட்டத்துள் இருந்தபடி மானுடவியல், சமயவியல் சமூகவியல், நாட்டுப்புறவியல், இலக்கியவியல் முதலிய களங்களை நோக்கியவர் ஃப்ராய்ட். இவற்றில் இலக்கியம் அவருக்குப் பிடித்தமான ஒன்று. சாகும் தருவாயில் புத்தகத்தை வாசித்த சாக்ரட்டீஸுக்கு அடுத்து ஃப்ராய்ட் வருகிறார். ஃப்ராய்டின் மரணம் மிகவும் துன்பியலானது. வாய்ப் புற்று நோய் வலியால் துடிதுடித்துப்போன ஃப்ராய்ட், தம்மைக் கருணைக் கொலை செய்துவிடுமாறு மருத்துவர் மாக்ஸ் ஸ்கர் (Max Schar) என்பவரிடம் கூற, ஒரு வழியாக முடிவு செய்தனர். அதற்குள், அன்றைய தினத்தில் பால்சாக் கதைப் புத்தகத்தை வாசித்துக் கொண்டிருந்தார் ஃப்ராய்ட். இதை வாசித்து முடித்ததும் 'மார்ஃபின்' ஊசியைப் போடுமாறு கேட்டுக் கொண்டார் (Gay, 690). இந்த மருந்து வீரியம் மிக்க வலி நிவாரணி. அளவுக்கு மீறிப் போட்டுக் கொண்டால் கோமா நிலைக்கு ஆளாக்கிவிடும். இன்னும் கூடுதலாக எடுத்துக் கொண்டால் மரணம் சம்பவிக்கும். இதைத்தான் மருத்துவர் செய்தார். ஃப்ராய்டும் அமைதியாக அடக்கமானார்.

இப்படி, பள்ளிப் பருவத்திலிருந்து இறுதி வரை அவரிடம் இலக்கியத் தேடல் இருந்தது. அவரின் கோட்பாட்டு வளர்ச்சிக்கு

இலக்கியங்கள் பெரும் பங்காற்றியுள்ளன. கிரேக்கப் புராணங்கள் தொடங்கி ஹோமர், ஷேக்ஸ்பியர், தாஸ்தாவெஸ்கி, ஆலன் போ, இப்சன், கதே, தாமஸ்மன், ஜென்சன், பால்சாக் எனப் பலரின் தாக்கம் கொண்டவர். தனது எழுத்துகளில் இலக்கியங்களை அதிக அளவில் மேற்கோள் காட்டியவர். இதன் விளைவாக, அவரின் பக்கங்களைப் படிக்கும்போது இலக்கிய வாசிப்புப் போன்ற உணர்வு தரும். அந்த அளவுக்கு இலக்கியத்தரமான எழுத்துகள் அவருடையது. அதனால்தான், 1930 ஆம் ஆண்டு ஃப்ராய்டுக்குக் 'கதே விருது' வழங்கப்பட்டது.

தனது உளவியல் மற்றும் இலக்கிய அனுபவங்களைக் கொண்டு இலக்கிய உளவியலுக்கான கோட்பாட்டை வழங்கியவர் ஃப்ராய்ட். *'படைப்பாளிகளும் பகற்கனவும்'* (1907) எனும் ஆய்வுரையைத் திறனாய்வுக் கோட்பாடாக நமக்கு வழங்குகிறார். இதற்கு முன் *'கனவுகளின் விளக்கம்'* (1900) நூலிற் ஆங்காங்கே இலக்கியங்களைத் தொட்டுக் காட்டியிருக்கிறார். இதற்கு அடுத்தடுத்து சில இலக்கியங்களைத் தனியாக ஆய்வு செய்திருக்கின்றார். குறிப்பாக. ஜென்சனின் *'க்ராடிவா'* நாவல் ஹாஃப்மனின் *'தி சேண்ட்மேன்'* கதை ஆகியவற்றைப் பகுப்பாய்கிறார். மருத்துவ ஆய்வுகளில் ஆங்காங்கே சில கவிதைகளையும் சுட்டுகிறார். குறிப்பாக, கனவுப் பகுப்பாய்வு விளக்கங்களுக்கு ஆதாரமாகக் கவிதைகளை மேற்கோள் காட்டத் தவறவில்லை.

இலக்கியங்களை உளப்பகுப்பாய்வு செய்வதற்கான வழிமுறைகளை மேற்சொன்னவற்றிலிருந்து நாம் அறிந்து கொள்ளலாம். இருப்பினும், *'படைப்பாளிகளும் பகற்கனவும்'* ஆய்வுரையானது, இலக்கியத்தை நனவிலியிலிருந்து எப்படிக் காண வேண்டும் என்கிற பார்வையை முன்வைக்கிறார். இதுதான் இலக்கிய உளப்பகுப்பாய்வின் அடிப்படை. அதன் சுருக்கத்தை இனி காண்போம்.

'படைப்பாளிகளும் பகற்கனவும்' ஆய்வுரையில் இரண்டு பகுதிகள் உள்ளன. ஒன்று, புனைவு குறித்த விளக்கம். இன்னொன்று, படைப்பாளி மனம் செயற்படுகின்ற முறை.

'ஒரு எழுத்தாளன் தனது படைப்புக்கான மூலப்பொருட்களை எங்கிருந்து பெறுகிறான்? அவற்றை எப்படித் தனது படைப்பில் அமைத்து, வாசகனுடம் தாக்கத்தை ஏற்படுத்துகின்றான்?'

இது அரியோஸ்டோ (Ariosto) எனும் கவிஞரிடம் கார்டினல் (Cardinal) கேட்ட கேள்வி. இதில் இருந்து ஃப்ராய்ட் வாதத்தைத் தொடங்குகிறார்.

இந்தக் கேள்விக்கு இலக்கியவாதியாலும் எளிதில் விடைகூற முடியாது. அப்படியே கூற வந்தாலும் அது நிறைவான விடையாகவும் இருக்காது. இதற்கான உளத் தெளிவை அறிய, படைப்பாக்க இயல்புகளை உற்றுநோக்க வேண்டியுள்ளது.

படைப்பாளி மனம் 'இயல்பு - பிறழ்வு' என்கிற முனையங்களின் இடையே ஊடாடிக் கொண்டிருப்பதாகும். அதனால், ஒரே நிலையில் அவர்களால் இருக்க முடியாது. சராசரி மனிதர்களும் இப்படித்தான் இருக்கின்றனர். அதனால், ஒவ்வொரு மனிதனும் அவரவர் இதயத்தில் கொஞ்சம் கவிஞராக இருக்கிறான். கவிதை அல்லது அழகியற் ரசனை அனைவரிடமும் இருக்கின்றது. இதை எழுத்தாக்குகின்ற உத்தி தெரிந்தவன் எழுத்தாளனாகின்றான். எழுத்தாக்க முடியாதவன் கற்பனையிலேயே இருந்து விடுகின்றான். எழுத்து இல்லையென்றாலும் கற்பனை உள்ளது. இதுதான், படைப்புக்கு ஆதாரம் என்பது ஃப்ராய்டின் எண்ணம். எனவே, அனைவரும் ஒருவிதத்தில் படைப்பாளிகளே என்கிறார் ஃப்ராய்ட். நாம் காணும் கனவுகளும் பகற் கனவுகளும் இதற்குச் சான்று. இவற்றின் இன்னொரு வடிவம்தான் புனைவாகும்.

கனவு குறித்து நிறைய பேசிய ஃப்ராய்ட், இங்கே கற்பனைச் செயற்பாடுகள் குறித்துப் பேச வருகிறார். 'கனவுகள் + கற்பனைகள் = காகிதங்கள்' என்பது ஃப்ராய்டியத்தின் இலக்கியச் சுருக்கம். கனவுக்கும் கற்பனைக்கும் குழந்தைப் பருவ அனுபவங்களே ஆதாரம். குழந்தையின் ஒரே விருப்பம்: விளையாட்டு. அதுவும் கைகள் செயற்பாட்டுக்கு வந்த பிறகு, கை விளையாட்டுப் பொருள்களில் அதீத ஈடுபாடு கொள்ளும். கை என்பது உழைப்பின் ஆதாரம் என்பார் மார்க்ஸ். உண்மையில், உழைப்பு என்பது விளையாட்டின் நீட்சியாகும். குழந்தைப் பருவத்தில் விளையாட்டுப் பொருட்களின் மீது குழந்தை கவனம்

கொள்கிறது. அதனுடே கற்பனை கலந்து விடுகின்றது. இது குழந்தையின் இயல்பு. முன்னைத் திட்டமற்றது. முற்கோளற்றது.

இந்த இயல்பு, பிற்காலப் புனைவுகளுக்கு அடிப்படையாகி விடுகின்றது. எதிர்காலத்தில் எப்படிப் புனைய வேண்டுமென்று இங்கேயே மனம் பயிற்சி பெறுகிறது. இதன் தொடர்ச்சி மொழியைக் கொண்டு மனம் விளையாடுகிறது. அதுவே மொழிதல் என்றாகிறது. மொழித்திறனுல் கொஞ்சம் கொஞ்சமாக மனம் தேர்ந்து வருகிறது. மேலும், இந்த விளையாட்டில் உணர்வெழுச்சியுடன் குழந்தை ஈடுபடுகின்றது. இது நுண்மையானது. படைப்பாளி போன்ற எண்ணவோட்டம் இதில் உள்ளது என்கிறார் ஃப்ராய்ட். இந்த அனுபவத்தில் தேக்கம் அடைந்தோர் எதிர்காலத்தில் சிறந்த படைப்பாளியாகும் வாய்ப்புள்ளது.

மொழி விளையாட்டு புறவுலக மெய்ம்மைக்கு அப்பாலானது என்பதைக் குழந்தை அறிகிறது. புனைவையும் யதார்த்தத்தையும் பிரித்துணர்கின்ற அளவுக்குக் குழந்தை வந்துவிடுகின்றது. அதனால், கற்பனைப் பொருட்களை யதார்த்தத்துடன் இணைத்துக் கொள்ள விரும்புகிறது. உயிரற்ற பொம்மையை உயிருள்ள குழந்தையெனக் கருதுவதை நாம் காணலாம். இந்த யதார்த்தமான தொடர்பைப் புனைவிலிருந்து விளையாட்டைப் பிரித்துணரக் குழந்தையால் முடிகிறது. பிற்காலத்தில் இதன் விளைவுகள் புறத்தெறிவாகின்றன. குறிப்பாகப் படைப்பாக்கத்தில் வெளிப்படுகின்றன. இங்கே படைப்பாக்கம் என்பது அனைத்துக் கலைகளையும் குறிக்கும். இருப்பினும், இந்தக் கட்டுரையில் இலக்கியக் கலையைத்தான் ஃப்ராய்ட் முன்னிலைப்படுத்துகிறார்.

படைப்பாளியும் குழந்தை போல் ஒரு புனைசார் உலகை சிருஷ்டிக்கிறான். இவனும் அதில் உணர்வெழுச்சியுடன் ஈடுபடுகிறான். இதைக் கொண்டு யதார்த்தத்தை பிரித்துணர அவனால் முடிகிறது. தற்சமயம் குழந்தைபோல் செயற்பட அவன் வெட்கப்படுகின்றான். அதாவது, சிகரெட் அட்டை, திண்ணை விளையாட்டுகள், தெரு விளையாட்டுகள், பொம்மை விளையாட்டுகள், கற் மண் விளையாட்டுகள் முதலியவற்றில் நாட்டம் கொள்ள அவனால் முடியவில்லை. இப்படிச் செயற்பட அவனது முதிர்மனம் நாணுகிறது.

அதனால், இந்த விருப்பங்கள் படிமங்களைக் கொண்டு விளையாடும் புனைவுகளை உருவாக்குகின்றன. குழந்தை விளையாட்டுக்கும் படைப்பாக்கத்துக்கும் இடையிலான உறவை மொழியே தக்க வைக்கின்றது. நாடகத்தை ஆங்கிலத்தில் play என்பர். இலக்கியத்தைத் தமிழில் செய்யுள் என்பர். அதாவது, (படிமங்களைக் கொண்டு) உள் ஒன்று வைத்துச் செய்யப்படுவது செய்யுள்.

இலக்கியத்தில் கலை இன்பம் அல்லது விளையாட்டு இன்பம் பொதிந்துள்ளது. இதன் மூலம் பெறப்படுகின்ற இன்பம் குழந்தை மனநிலை இன்பமாகும். யதார்த்தத்தில் இன்பம் உணர முடியாது. புனைவில்தான் இன்பம் உள்ளது. ஒரு கதையானது யதார்த்தம் என்று எண்ணிவிட்டால் அது இன்பம் பயக்காது. அதைக் கற்பனை என நுகர்ந்தால் மட்டுமே இன்பம் பயக்கும். கலை இலக்கியங்கள் யாவும் நுகர்வு பொருட்களே ஆகும். இப்படித்தான் நாடகம், திரைப்படம் முதலியவற்றை ரசிக்கிறோம். இந்த ரசனையை அழகியல் இன்பம் (aesthetics) என்கிற வட்டத்தில் வைக்கிறார் ஃப்ராய்ட்.

குழந்தைப் பருவத்தில் விளையாட்டில் இன்பம் காண்கிற வழியில் எதேனும் தடையை உருவாக்கினால் அல்லது நிறுத்தம் ஏற்பட்டுவிட்டால் அது மாற்று வழிகளை நாடும். நமது உள்ளத்துக்கு அப்படியொரு தன்மை உள்ளது. அந்த மாற்று வழிகளில் ஒன்று நகைச்சுவை. குறிப்பாக, வாழ்க்கைப் போராட்டத்தை எதிர்கொள்ள வேண்டி இந்த நகையாடல் தேவைப்படுகின்றது. அதனால்தான், நகைப்பில் குழந்தை நாட்டம் கொண்டு குதூகலிக்கிறது. (நகையாடலுக்கும் நனவிலிக்கும் உள்ள தொடர்பை விவரித்து, 'நகையாடல்களும் அவற்றின் நனவிலித் தொடர்பும்' எனும் தனி நூல் ஒன்றைக் கொடுத்திருக்கிறார் ஃப்ராய்ட்). இருப்பினும், குழந்தை வாழ்வில் இதுவும் நிலையற்றுப் போய்விடுகின்றது.

முதலில் விளையாட்டு நிறுத்தம் நடக்கிறது. பிறகு நகைச்சுவை நிறுத்தம் உண்டாகிறது. அதனால், உள்ளம் தனது இன்பத்துக்காக மாற்றத்தை நாடுகின்றது. குறிப்பாக, இன்ப நாட்டம் நோக்கிய தேடலில் மனம் போகிறது. குழந்தை பருவத்துச் சுதந்திரத் தன்மை முதிர்பருவத்தில் இல்லை. அன்று யதார்த்தப்

பொருட்களுடன் புனைவு கொண்டு விளையாடித் 'திரிசங்கு சுவர்க்கம்' படைத்துவிடும். யதார்த்த உலகிலிருந்து மேலுலகில் சஞ்சரிக்கும். அப்போது அதில் இன்பம் காணுமேயன்றி வெட்கப்படாது.

மனம் முதிர நாணம் வந்துவிடுகின்றது. விளையாட்டுத்தனம் குறைந்துவிடுகின்றது. ஆனால், அந்த இன்பத்தேடல் இருக்கவே செய்யும். அதன் விருப்பங்களால் இந்தத் தேடல் தீர்மானிக்கப்படுகின்றது.

இந்த விளையாட்டு நாணத்தால் நிறுத்தப்பட்டால் அது மாற்று வழிகளை நாடுவது இயல்பு. செப்புச் சாமான் விளையாட்டை முதிர்பருவத்தில் விளையாட முடியாது. ஆனால், சமையலில் ஈடுபடலாம். இங்கே, சமையல் ஒரு விளையாட்டு. அதனால்தான், அது ஒரு கலை என்றாகிறது. இதன் முன்னணியில் யதார்த்தமும் பின்னணியில் புனைவும் உள்ளது. நடப்பில் இதைக் காணலாம். புனைவுகளின் உந்து விசைகளாக நிறைவேறாத விருப்பங்கள் உள்ளன. அவை குழந்தை விளையாட்டுப் போல புனைவுகளிலும் வெளிப்படுகின்றன.

இங்கே ஓர் உண்மையை ஃப்ராய்ட் காட்டுகிறார். மனித மனம் குழந்தையாகவே இருக்க விரும்புகிறது. காரணம், அந்தப் பருவத்துச் சுதந்திரம். இது முதிர்ந்த பருவத்தில் கிடைப்பதில்லை. அதனால், ஏக்கமாகி விடுகின்றது. இந்த ஏக்கம் உள்ளத்தில் பாதிப்புகளை உண்டாக்கி விடுகின்றது. குறிப்பாக, சமூக நெருக்கடிகள் மனிதனை இப்படி வேட்கை கொள்ள வைத்துவிடுகின்றது. ஆனால், ஒரு மனிதன் எந்த விதத்திலும் மறுபடியும் குழந்தை ஆக முடியாது. முதிர் பருவத்தில் குழந்தைத்தனமாக நடந்து கொண்டால், தம்மை மனப் பிறழ்வுக்கு ஆளானவர் என்று பிறரால் கருதக்கூடும். இந்த எதிர்மறைப் பார்வையிலிருந்து தம்மை விடுவித்துக் கொள்ள மீவியல்பான சமூக அங்கீகாரச் செயல்கள் வழியில் (குறிப்பாக, சமயச் சடங்குகள்) மனிதன் வெளிப்படுத்துகின்றான். இவற்றை உயர்வழிப்படுத்தல் (sublimation) என்பார் ஃப்ராய்ட். எழுத்துத் திறன் உடையோர் படைப்பில் ஈடுபடுவர். ஏனையோர் படைப்பை ரசிப்பதில் நாட்டம் கொள்வர். அனைத்துக் கலைகளுக்கும் இது பொருந்தும்.

அடுத்து, இலட்சிய விருப்பம் (ambitious wish) குறித்து ஃப்ராய்ட் பேசுகிறார். 'நான் என்ன ஆக வேண்டும்' என்கிற விருப்பம் நம் அனைவரிடத்திலும் உண்டு. இது, குழந்தைப் பருவத்திலேயே தோன்றிவிடுகின்றது. பெரும்பாலான குழந்தைகள் அப்பா போல், அம்மா போல் ஆக வேண்டுமென விருப்பம் கொள்வதைப் பார்க்கலாம். அடுத்து, ஆசிரியர் போல் ஆக விரும்புவதுண்டு. இதற்குப் பள்ளி ஆசிரியரின் தாக்கம் காரணம். பெற்றோருக்கு இணையான நெருக்கத்தில் ஆசிரியர் இருப்பதை நாம் அறிவோம். இந்த இலட்சிய விருப்பம் கற்பனையாலானது. தம்மால் முடியுமா என்பது பற்றிய எண்ணம் குழந்தைக்குள் தோன்றுவதில்லை. அதனால், இதில் தர்க்கமற்ற விருப்பம் இருக்கவே செய்யும். இது அகத்தில் நடக்கின்ற விளையாட்டுப் போன்றது. குழந்தைத் தனமான விளையாட்டுக் கட்டமைப்புப் போலவே இலட்சியக் கற்பனை விளங்குகிறது.

பொம்மைகளைக் கொண்டு விளையாடும் குழந்தைச் செயலில் நிறுத்தம் ஏற்பட்டால் அது கற்பனை செயற்பாடாக உருவெடுக்கும். அந்தக் கற்பனை பகல் கனவாகிறது. இது மொழி வழியில் நடந்தால் இலக்கியமாகிறது. பகற்கனவு போன்ற புனைவில் மூன்று காலங்களின் தொடர்பு உள்ளது என்கிறார் ஃப்ராய்ட். இதில் நிகழ்கால விருப்பம் வெளிப்படையாக இருக்கும். இது, இலட்சியம் போல் எதிர்கால விருப்பத்துடன் தொடர்புடையது. இருப்பினும், இதன் மூலாதாரமாகக் கடந்த கால (குழந்தைப் பருவ) விருப்பம் இருக்கும். இந்தக் குழந்தைப் பருவ விருப்பத்தை ஆராய்ந்து துப்பறிவதே உளப்பகுப்பாய்வின் பணி.

கற்பனைப் புனைவுகள் யதார்த்தத்துக்கு நெருக்கமாக இருக்கும். அவை இயல்பானவை. மாறாக, அதீத கற்பனை இருப்பின், அது உளநரம்பு நோய் அல்லது மனநோய் வெளிப்பாடாகும். பல படைப்பாளிகளிடம் இந்தத் தன்மை இருக்கவே செய்கின்றது. சான்று: ரிஷிமூலம், விஷ்ணுபுரம், இடக்கை முதலிய கதைகள். திரைப்படங்களில் பாகுபலி, எந்திரன் நோக்கத்தக்கது. இதன் வழிப்பட்ட ரசனை கூட நோய்த் தன்மையிலானது ஆகும். அதனால், பிறழ்வு படைப்பாளிக்கு ஏற்பப் பிறழ்வு வாசகர் அமைவது இயல்பு.

எழுத்துலகில் ஆண் படைப்பாளிகள் மிகுதி. அதற்குக் காரணமென்ன? ஃப்ராய்ட் ஒரு விளக்கம் தருகிறார். இந்தச் சமூகத்திற் ஆணுக்கும் பெண்ணுக்கும் இடையே பாகுபாடுகள் உள்ளன. அவற்றுள் ஒன்று இச்சை வேட்கை. ஆண்கள் அதிகமாகவும் பெண்கள் குறைவாகாவும் வெளிப்படுத்த வேண்டுமென்று அனுமதிக்கப்பட்டுள்ளது. அதனால், இச்சைக்கு எதிராகப் பெண்மனத்தை விட ஆண்மனம் தீவிரமாக எதிர்கொள்ள வேண்டியுள்ளது.

சூபர் ஈகோவை ஏற்றுக் கொள்வதால் அகத்துக்குள்ளேயே ஊடாடும் சுயகட்டுப்பாடு பெண்ணைக் காப்பாற்றிவிடுகிறது. ஆனால், ஆண்மனம் தம்மை வெளிப்படுத்தத் தவிக்கிறது. ஆணிடம் சூபர் ஈகோ அவ்வளவு வலிமையாக இல்லை. ஆண்களால் உருவாக்கப்பட்ட ஆணாதிக்கச் சமூகம் ஒரு காரணம். அதனால், வேட்கைகளுக்கான மாற்று வழிகள் ஆண்களுக்குத் தேவையாகிறது. அவற்றுள் ஒன்று படைப்பாக்கம். இந்த நெருக்கடியை மீறி அரிதாகச் சில பெண்கள் வருகின்றனர் என்பதை வெள்ளிவீதியார் முதல் இன்று வரையில் பார்க்க முடிகிறது. புனைவுத் திறனற்ற ஆண் மனமும் பெண் மனமும் கனவுகள் வழியில் சமாதானமடைகின்றது.

இந்தப் புனைவை ஃப்ராய்ட் கனவுக்கு இணையாகப் பார்க்கிறார். இதை அவரின் கனவு நூலிலேயே குறிப்பிட்டுள்ளார். கனவு என்பது குழந்தைப் பருவ விருப்பங்களின் புனைவேட வெளிப்பாடாகும். அதுபோல் புனைவும் விளங்குகிறது. புனைவில் மொழி பங்கு இருக்கிறது. மொழியால்தான் பிறருக்குக் கனவை விவரிக்க முடியும். அதனால், கனவிலும் மொழியின் பங்கு உள்ளது. இதைத்தான் ஃப்ராய்ட் கனவுப் பனுவல் (dream text) என்கிறார். அறிவியல் சிந்தனைப் பற்றி ஐன்ஸ்டீன் கூறும்போது, 'கற்பனையே சிந்தனையின் தாய்' என்பார். உண்மையில், இதை முன்மொழிந்தவர் ஃப்ராய்ட்.

இதுவரை புனைவுகள் குறித்துப் பார்த்தோம். இனி, இலக்கியப் படைப்பாளிகளைப் பற்றி ஆராய்வோம். ஃப்ராய்ட் பார்வையில் படைப்பாளிகள் இரண்டு வகையினர். புனைவுக்கான மூலப் பொருட்களை ஆயத்தமாகக் (readymade) கொண்டிருப்போர். குறிப்பாக, இலக்கண மரபுப்படி இப்படித்தான் படைக்க

வேண்டும் (திணைக் கோட்பாடு) என்று படைப்பவர்கள் ஒரு வகையினர். அடுத்து, சுய வாழ்விலிருந்து படைப்புப் பொருட்களை ஏற்படுத்திக் கொள்வோர். இதை நவீன இலக்கிய மரபில் மிகுதியாகக் காணலாம். முன்னவர் வரிசையில் அன்றைய யாப்பியல் புலவர்களும் பின்னவர் வரிசையில் இன்றைய நவீன எழுத்தாளர்களும் உள்ளனர்.

ஃப்ராய்ட் இந்த ஆய்வுரையில் நாவலாசிரியர் பற்றிப் பேசுகிறார். நாவலுக்குக் கதைத் தலைவன் மூலாதாரம். அவன் வழியாகத் தான் வாசகனிடம் தாக்கத்தை ஏற்படுத்த முடியும். இங்கே, கதைத் தலைவன் என்பவன் படைப்பாளியின் பிரதிநிதியாகிறான். அவனின் உணர்வுகள் எல்லாம் படைப்பாளியின் விருப்பு வெறுப்புகள் ஆகும். கவிதை நிலை வேறு. இயல்பில் கவிதைகளில் தன்னுணர்ச்சி மிகுதி. எனவே, இதில் நேரடியாகக் கவிஞன் தொடர்புபடுகின்றான்.

அடுத்து, கதைகளை இரண்டு வகைகளாகப் பார்க்கிறார் ஃப்ராய்ட். ஒன்று, ஈகோ மையம் (ego centric) இன்னொன்று நாயகர் மையம் (hero centric). கதையின் நிகழ்வுகள் யாவும் இந்த நாயகரை ஆதாரமாகக் கொண்டவையே ஆகும். இவ்விரண்டிலும் படைப்பாளி இருக்கிறார். அடுத்தது, உளவியல் நாவல் (psychological novel) பற்றிச் சிறப்பாகப் பேசுகிறார். இதில் வரும் நாயகன் படைப்பாளியின் உள்ளார்ந்த நிலையிலிருந்து வெளிப்படுபவன் ஆவான். இதன் கதை நிகழ்வில் படைப்பாளி உளநெருக்கம் அதிகம்.

ரிஷிமூலம், கபாடபுரம், மோகமுள், அம்மா வந்தாள், அக்னிப்பிரவேசம், முடிவின்மையின் விளிம்பில், மௌனி கதைகள், லாசரா கதைகள், உள்ளிருந்து உடற்றும் பசி, கயிற்றரவு, காதுகள் என உளவியல் அம்சங்கள் நிறைந்த கதைகள் தமிழில் பல உள்ளன. திரைப்படங்களில் கலங்கரை விளக்கம், எங்கிருந்தோ வந்தாள், சிகப்பு ரோஜாக்கள், புரியாத புதிர், குணா, காதல் கொண்டேன், சைக்கோ எனச் சில வந்திருக்கின்றன.

இப்படியான உளவியல் புனைவுகளில் வரும் கதாநாயகன் உள்ளத்தில் படைப்பாளி அமர்ந்துகொண்டு, மற்ற பாத்திரங்களினிடே இயங்குகிறார். ஒரு படைப்பாளியின் பல

கதைகள் பல நாயகர்கள் எல்லாம் அவரின் ஈகோ நிலைகள் ஆகும். இவை உள வாழ்வின் பரிமாணங்கள் எனலாம். குறிப்பாக, படைப்பாளியின் 'பிளவுண்ட ஈகோ' நிலைகள் என்று ஃப்ராய்டியப் பார்வையில் புரிந்து கொள்ளலாம். எழுத்தாளனின் கதையில் வரும் நாயகன் அவன் கனவில் வரும் சுயபிம்பம் போன்றது. கனவுகள் யாவும் கதைப் போன்று விளங்குவதை நாம் அறிவோம்.

அடுத்து, கற்பனாவாதிப் படைப்பாளிகள் குறித்து ஃப்ராய்ட் பேசுகிறார். இவர்கள் முழுமைக்கும் பகற் கனவாளிகள் ஆவர். குறிப்பாக, கவிஞர்கள் இதில் அடங்குவர். கவிதையில் கற்பனை மிகுதி என்பதால் இந்தப் படைப்புகளும் பகல் கனவுகள் போன்றதே ஆகும். இதில் முக்கால விருப்பங்கள் உள்ளடங்கியுள்ளதால் இத்தகு படைப்புகள் படைப்பாளியின் உளவாழ்வை வெளிப்படுத்துவதாகக் கொள்ளலாம். இது ஒரு பக்கம் இருக்க, கவிதையை இராக் கனவுடன் நெருங்க வைக்கின்றார் ஃப்ராய்ட். குழந்தை விளையாட்டும் கவிதை ஆக்கமும் ஒன்றே என்பது அவரின் வாதம். அதனால், கவிதையைப் பகற்கனவுடன் இங்கே இணைத்துப் பேசுகிறார். இருப்பினும், கனவு நூலில் கவிதையைக் கனவுத் தரத்தில் வைக்கிறார் ஃப்ராய்ட் (Stafford-Clark, 67). கவிதையின் இருண்மைத்தனம் அவ்வாறு அவரைச் சிந்திக்க வைத்துள்ளது.

இறுதியாக, படைப்புக்கான மூலப்பொருட்கள் பற்றியது. இது தொடர்பான கேள்வியிலிருந்துதான் இந்த ஆய்வுரை தொடங்குகிறது. பல மூலப்பொருட்கள் உள்ளத்தில் இருக்க அவற்றில் படைப்பாளி எப்படித் தெரிவு செய்கிறான்? இது, தூண்டல் நிகழ்வைப் பொருத்தது. இதற்குக் கனவுத் தொழில் முன்மாதிரியாக உள்ளது. கனவு நாளின் முன்பு ஏதேனும் ஒரு நிகழ்வு தூண்டுகோலாக இருந்து அந்த நிகழ்வு தொடர்புடைய நனவிலி எண்ணங்கள் கனவுகளாக வெளிப்படும். இதே பாணியில் படைப்புகள் உருவாகின்றன என்கிறார் ஃப்ராய்ட்.

அடுத்து, வாசகனின் மனநிலை. படைக்க முடியாத வாசகன் படித்துத் தன்னைத் தேற்றிக் கொள்கிறான். படைப்பின் மூலம் படைப்பாளியின் உள்ளார்ந்த ரகசியங்கள் வெளிப்படுகின்றன. அவை வாசகனை ஈர்க்கின்றன. இதுவே, அழகியல் இன்பம்

சார்ந்த இலக்கிய இன்பமாகும். உளப்பகுப்பாய்வு நோக்கில் இது முன்னின்பம் (fore-pleasure) வகைப்பட்டது. முத்தம் கொடுப்பது போல் வருடுவது போல் ஒரு கிளுகிளுப்பு இலக்கிய வாசிப்பில் உள்ளது. துன்பியல் இலக்கியங்களை வாசிக்கும்போது உள்ளத்துத் துன்பங்கள் துப்புரவு செய்யப்படுகின்றது. இதை ஃப்ராய்ட் துப்புரவாக்கம் (catharsis) என்பார் (Laplanche, 60). திகில் கதைகள், துப்பறியும் கதைகளிலும் உணர்வுத் துப்புரவே நடக்கின்றது. இது, அரிஸ்டாடில் சொல்லாடல். இந்தத் துப்புரவாக்கத்தில் ஒருவித இன்பம் உள்ளது. இது, இறுக்கக் குறைப்பு (tension reduction) என்கிற உள நிகழ்வுடன் தொடர்புடையது. இந்த முன்னின்பம் முடிந்த முடிவு அல்ல. அதனால், இலக்கியத் தேடல் நீளுகின்றது. (சான்று: நெடுந்தொடர்). படைப்பாளி படைக்கும்போது முன்னின்பமே அடைகின்றான். அதனால், படைப்பும் வாசிப்பும் இணைந்து பயணித்து வருகின்றன.

◎

பாரதியார் படைத்த 'கனவு'

காதல் காதல் காதல்
காதல் போயின் காதல் போயின்
சாதல் சாதல் சாதல்
- பாரதியார்

கவிதை என்பது நனவிலி மனத்தின் 'கவித்தல்' ஆகும். இது உரைநடையைவிட அழுத்தமானது. இதில் பயணித்து உள்ளத்துள் உள்ளாழ்ந்து போகப்போக, பல உணர்வுகள் வார்த்தைகளின் இடுக்குகளில் ரகசிய பிம்பங்களாக ஒளிந்திருக்கும். அனைத்துக் கவிஞர்களும் கவிதைகளும் ஒன்றாகாது. அதேபோல், ஒரு கவிஞனின் அனைத்துக் கவிதைகளும் ஒரே விழுமியம் கொண்டதாக இருக்காது. படைப்பு மன ஆழத்துக்கு ஏற்ப அந்தக் கவிதையின் அர்த்தம் அழுத்தமாக இருக்கும். அதனால்தான், பிற இலக்கிய வகைமைகளைவிட வாசகரைக் கவிதை ஈர்க்கின்றது. திறனாய்வாளரைக் கவனிக்க வைக்கிறது. அப்படிப்பட்ட கவிதைகள் பல வழங்கிய பாரதியார் படைத்த 'கனவு' எனும் கவிதை உள விழுமியம் மிக்கது. நமது கனவுகளைப் புரிந்துகொள்ள பாரதியாரின் இந்தக் கனவு ஒரு முன்னோட்டம். இதில் ஃப்ராய்டியத் தெளிவடைய அவரின் கனவை முதலில் காணலாம்.

கனவு

பொய்யாய்ப் பழங்கதையாய்க் கனவாய்
மெல்லப் போனதுவே - பட்டினத்துப்பிள்ளை

முன்னுரை

வாழ்வு முற்றும் கனவெனக் கூறிய
மறைவ லோர்தம் உரைபிழை யன்றுகாண்;
தாழ்வு பெற்ற புவித்தலக் கோலங்கள்
சரத மன்றெனல் யானும் அறிகுவேன்;
பாழ்க டந்த பரனிலை யென்றவர்
பகரும் அந்நிலை பார்த்திலன் பார்மிசை;
ஊள் கடந்து வருவதும் ஒண்றுண்டோ?
உண்மை தன்னிலொர் பாதி யுணர்ந்திட்டேன்

மாயை பொய்யெனல் முற்றிலும் கண்டனன்;
மற்றும் இந்தப் பிரமத் தியல்பினை
ஆய நல்லருள் பெற்றிலன்; தன்னுடை
அறிவி னுக்குப் புலப்பட லின்றியே
தேய மீதெவ ரோசொலுஞ் சொல்லினைச்
செம்மை யென்று மனத்திடைக் கொள்வதாம்
தீய பக்தி யியற்கையும் வாய்ந்திலேன்;
சிறிது காலம் பொறுத்தினுங் காண்பமே

உலகெ லாமொர் பெருங்கன வஃதுளே
உண்டு றங்கி யிடர்செய்து செத்திடும்
கலக மானிடப் பூச்சிகள் வாழ்க்கையோர்
கனவி லுங்கன வாகும்; இதனிடை
சிலதி னங்கள் உயிர்க்கமு தாகியே
செப்பு தற்கரி தாகம யக்குமால்;
திலத வாணுத லார்தரு மையலாந்
தெய்வி கக்கன வன்னது வாழ்கவே

ஆண்டோர் பத்தினில் ஆடியும் ஓடியும்
ஆறு குட்டையின் நீச்சினும் பேச்சினும்
ஈண்டு பன்மரத் தேறியி றங்கியும்
என்னோ டொத்த சிறியர் இருப்பரால்;
வேண்டு தந்தை விதிப்பினுக் கஞ்சியான்
வீதி யாட்டங்க ளேதினுங் கூடிலேன்,
தூண்டு நூற்கணத் தோடு தனியனாய்த்
தோழ் மைபிறி தின்றி வருந்தினேன்

பிள்ளைக் காதல்

அன்ன பொழ்தினி லுற்ற கனவினை
அந்த மிழ்ச் சொலில் எவ்வண்ணம் சொல்லுகேன்?
சொன்ன தீங்கன வங்குத் துயிலிடைத்
தோய்ந்த தன்று, நனவிடைத் தோய்ந்ததால்;
மென்ன டைக் கனி யின்சொற் கருவிழி:
மேனி யெங்கும் நறுமலர் வீசிய
கன்னி யென்றுறு தெய்வத மொன்றனைக்
கண்டு காதல் வெறியிற் கலந்தனன்

'ஒன்ப தாயபி ராயத்த ளென்விழிக்
கோது காதைச் சகுந்தலை யொத்தனள்
என்ப தார்க்கும் வியப்பினை நல்குமால்
என்செய் கேன்? பழியென் மிசை யுண்டுகொல்?
அன்பெ னும்பெரு வெள்ளம் இழுக்குமேல்
அதனை யாவர் பிழைத்திட வல்லரே?
முன்பு மாமுனி வோர்தமை வென்றவில்
முன்ன ரேழைக் குழந்தையென் செய்வனே?

வயது முற்றிய பின்னுறு காதலே
மாசு டைத்தது தெய்விக மன்றுகாண்;
இயலு புன்மை யுடலினுக் கின்பெனும்
எண்ண முஞ்சிறி தேன்றதக் காதலாம்;
நயமி குந்தனி மாதை மாமணம்
நண்ணு பாலர் தமக்குரித் தாமன்றோ?
கயல்வி ழிச்சிறு மானினைக் காணநான்
காம னம்புகள் என்னுயிர் கண்டவே

கனகன் மைந்தன் குமர குருபரன்
கனியும் ஞானசம் பந்தன் துருவன்மற்
றெனையர் பாலர் கடவுளர் மீதுதாம்
எண்ணில் பக்திகொண் டின்னுயிர் வாட்டினோர்
மனதி லேபிறந் தோன்மன முண்ணுவோன்
மதன தேவனுக் கென்னுயிர் நல்கினன்,
முனமு ரைத்தவர் வான்புகழ் பெற்றனர்;
மூட னேன்பெற்ற தோதுவன் பின்னரே

நீரெ டுத்து வருவதற் கவள், மணி
நித்தி லப்புன் நகைசுடர் வீசிடப்
போரெ டுத்து வருமதன் முன்செலப்
போகும் வேளை யதற்குத் தினந்தொறும்
வேரெ டுத்துச் சுதந்திர நற்பயிர்
வீந்திடச் செய்தல் வேண்டிய மன்னர்தம்
சீரெ டுத்த புலையியற் சாரர்கள்
தேச பக்தர் வரவினைக் காத்தல்போல்

காத்தி ருந்தவள் போம்வழி முற்றிலும்
கண்கள் பின்னழ கார்ந்து களித்திட
யாத்த தேருரு ளைப்படு மேளைதான்
யாண்டு தேர்செலு மாங்கிழுப் புற்றெனக்
கோத்த சிந்தனையோ டேகி யதில்மகிழ்
கொண்டு நாட்கள் பலகழித் திட்டனன்;
பூத்த ஜோதி வதனம் திரும்புமேல்
புலன ழிந்தொரு புத்துயி ரெய்துவேன்

புலங்க ளோடு கரணமும் ஆவியும்
போந்து நின்ற விருப்புடன் மானிடன்
நலங்க ளேது விரும்புவன் அங்கவை
நண்ணு றப்பெறல் திண்ணம தாமென,
இலங்கு நூலுணர் ஞானியர் கூறுவர்;
யானும் மற்றது மெய்யெனத் தேர்ந்துளேன்;
விலங்கி யற்கை யிலையெனில் யாமெலாம்
விருன்பு மட்டினில் விண்ணுற லாகுமே

சூழு மாய வுலகினிற் காணுறுந்
தோற்றம் யாவையும் மானத மாகுமால்;
ஆழு நெஞ்சகத் தாசையின் றுள்ளதேல்,
அதனு டைப்பொருள் நாளை விளைந்திடும்,
தாழு முள்ளத்தர்,சோர்வினர்,ஆடுபோல்
தாவித் தாவிப் பலபொருள் நாடுவோர்,
வீழு மோரிடை யூற்றினுக் கஞ்சுவோர்,
விரும்பும் யாவும் பெறாரிவர் தாமன்றே

விதியை நோவர்,தம் நண்பரைத் தூற்றுவர்.
வெகுளி பொங்கிப் பகைவரை நிந்திப்பர்,

சதிகள் செய்வர்,பொய்ச் சாத்திரம் பேசுவர்,
சாத கங்கள் புரட்டுவர் பொய்மைசேர்
மதியி னிற்புலை நாத்திகங் கூறுவர்,
மாய்ந்தி டாத நிறைந்த விருப்பமே
கதிகள் யாவும் தருமென லோர்ந்திடார்.
கண்ணி லாதவர் போலத் திகைப்பர்காண்

கன்னி மீதுறு காதலின் ஏழையேன்
கவலை யுற்றனன் கோடியென் சொல்லுகேன்?
பன்னி யாயிரங் கூறினும்,பக்தியின்
பான்மை நன்கு பகர்ந்திட லாகுமோ?
முன்னி வான்கொம்பிற் றேனுக் குழன்றதோர்
முடவன் கால்கள் முழுமைகொண் டாலென
என்னி யன்றுமற் றெங்ஙனம் வாய்ந்ததோ?
என்னி டத்தவள் இங்கிதம் பூண்டதே!

காதலென்பதும் ஓர்வயின் நிற்குமேல்,
கடலின் வந்த கடுவினை யொக்குமால்;
ஏத மின்றி யிருபுடைத் தாமெனில்,
இன்னமிர்தும் இணைசொல லாகுமோ?
ஓதொ ணாத பெருந்தவம் கூடினோர்
உம்பர் வாழ்வினை யெள்ளிடும் வாழ்வினோர்,
மாத ரார்மிசை தாமுறுங் காதலை
மற்ற வர்தரப் பெற்றிடும் மாந்தரே!

மொய்க்கும் மேகத்தின் வாடிய மாமதி,
மூடு வெம்பனிக் கீழுறு மென்மலர்,
கைக்கும் வேம்பு கலந்திடு செய்யபால்,
காட்சி யற்ற கவினுறு நீள்விழி,
பொய்க் கிளைத்து வருந்திய மெய்யரோ
பொன்ன னாரருள் பூண்டில ராமெனில்,
கைக்கி ளைப்பெயர் கொண்ட பெருந்துயர்க்
காத லஃது கருதவுந் தீயதால்

தேவர் மன்னன் மிடிமையைப் பாடல்போல்
தீய கைக்கிளை யானெவன் பாடுதல்?
ஆவல் கொண்ட அரும்பெறற் கன்னிதான்
அன்பெ னக்கங் களித்திட லாயினள்;

பாவம் தீமை,பழியெதுந் தேர்ந்திடோம்!
பண்டைத் தேவ யுகத்து மனிதர்போல்,
காவல் கட்டு விதிவழக் கென்றிடுங்
கயவர் செய்திக ளேதும்,அறிந்திலோம்

கான கத்தில் இரண்டு பறவைகள்
காத லுற்றது போலவும் ஆங்ஙனே
வான கத்தில் இயக்க ரியக்கியர்
மையல் கொண்டு மயங்குதல் போலவும்;
ஊன கத்த துவட்டுறும் அன்புதான்
ஒன்று மின்றி உயிர்களில் ஒன்றியே
தேன் கத்த மணிமொழி யாளொடு
தெய்வ நாட்கள் சிலகழித் தேனரோ!

ஆதி ரைத்திரு நாளொன்றிற் சங்கரன்
ஆலயத்தொரு மண்டபந் தன்னில்யாள்
சோதி மானொடு தன்னந் தனியனாய்ச்
சொற்க ளாடி யிருப்ப, ம்ற்றாங்கவள்
பாதி பேசி மறைந்துபின் தோன்றித்தன்
பங்க யக்கையில் மைகொணர்ந்தே,'ஒரு
சேதி! நெற்றியில் பொட்டுவைப் பேன்' என்றாள்
திலத மிட்டனள்;செய்கை யழிந்தனன்

என்னை யீன்றெனக் கைந்து பிராயத்தில்
ஏங்க விட்டுவிண் ணெய்திய தாய்தனை
முன்னை யீன்றவன் செந்தமிழ்ச் செய்யுளால்
மூன்று போழ்துஞ் சிவனடி யேத்துவோன்,
அன்ன வந்தவப் பூசனை தீர்ந்தபின்
அருச்ச னைப்படு தேமலர் கொண்டுயான்
பொன்னை யென்னுயிர் தன்னை யணுகலும்,
பூவை புன்னகை நன்மலர் பூப்பள் காண்

ஆங்கிலப் பயிற்சி

நெல்லையூர் சென்றவ் வூணர் கலைத்திறன்
நேரு மாறெனை எந்தை பணித்தனன்;
புல்லை யுண்கென வாளரிச் சேயினைப்
போக்கல் போலவும்,ஊன்விலை வாணிகம்

நல்ல தென்றொரு பார்ப்பனப் பிள்ளையை
நாடு விப்பது போலவும்,எந்தைதான்
அல்லல் மிக்கதோர் மண்படு கல்வியை
ஆரி யர்க்கிங் கருவருப் பாவதை

நரியு யிர்ச்சிறு சேவகர்,தாதர்கள்,
நாயெ னத்திரி யொற்றர்,உணவினைப்
பெரிதெ னக்கொடு தம்முயிர் விற்றிடும்
பேடியர்,பிறர்க் கிச்சகம் பேசுவோர்,
கருது மிவ்வகை மாக்கள் பயின்றிடுங்
கலைப யில்கென என்னை விடுத்தனன்,
அருமை மிக்க மயிலைப் பிரிந்துமிவ்
அற்பர் கல்வியின் நெஞ்சுபொ ருந்துமோ?

கணிதம் பன்னிரண் டாண்டு பயில்வர்,பின்
கார்கொள் வானிலோர் மீனிலை தேர்ந்திலார்;
அணிசெய் காவியம் ஆயிரங் கற்கினும்
ஆழ்ந்தி ருக்கும் கவியுளம் காண்கிலார்;
வணிக மும்பொருள் நூலும் பிதற்றுவார்;
வாழு நாட்டிற் பொருள்கெடல் கேட்டிலார்;
துணியு மாயிரஞ் சாத்திர நாமங்கள்
சொல்லு வாரெட் டுணைப்பயன் கண்டிலார்

கம்ப னென்றொரு மானிடன் வாழ்ந்ததும்,
காளி தாசன் கவிதை புனைந்ததும்,
உம்பர் வானத்துக் கோளையும் மீனையும்
ஓர்ந்த ளந்ததொர் பாஸ்கரன் மாட்சியும்,
நம்ப ருந்திற லோடொரு பாணினி
ஞால மீதில் இலக்கணங் கண்டதும்
இம்பர் வாழ்வின் இறுதிகண் டுண்மையின்
இயல்பு ணர்த்திய சங்கரன் ஏற்றமும்

சேரன் தம்பி சிலம்பை இசைத்ததும்,
தெய்வ வள்ளுவன் வான்மறை செய்ததும்,
பாரில் நல்லிசைப் பாண்டிய சோழர்கள்
பார ளித்துத் தர்மம் வளர்த்ததும்,
பேர ருட்சுடர் வாள்கொண் டசோகனார்
பிழை படாது புவித்தலங் காத்ததும்,

வீரர் வாழ்த்த மிலேச்சர்தந் தீயகோல்
வீழ்த்தி வென்ற சிவாஜியின் வெற்றியும்

அன்ன யாவும் அறிந்திலர் பாரதத்
தாங்கி லம்பயில் பள்ளியுட் போகுநர்;
முன்ன நாடு திகழ்ந்த பெருமையும்
மூண்டி ருக்குமிந் நாளின் இகழ்ச்சியும்
பின்னர் நாடுறு பெற்றியுந் தேர்கிலார்
பேடிக் கல்வி பயின்றுழல் பித்தர்கள்,
என்ன கூறிமற் றெங்ஙன் உணர்த்துவேன்
இங்கி வர்க்கென துள்ளம் எரிவதே!

சூதி லாத யுளத்தினன் எந்தைதான்
சூழ்ந்தெ னக்கு நலஞ்செயல் நாடியே
ஏதி லாதருங் கல்விப் படுகுழி
ஏறி யுய்தற் கரிய கொடும்பிலம்
தீதி யன்ற மயக்கமும் ஐயமும்
செய்கை யாவினு மேயசி ரத்தையும்
வாதும் பொய்மையும் என்றவி லங்கினம்
வாழும் வெங்குகைக் கென்னை வழங்கினன்

ஐய ரென்றும் துரையென்றும் மற்றெனக்
காங்கி லக்கலை யென்றொன் றுணர்த்திய
பொய்ய ருக்கிது கூறுவன்,கேட்பீரேல்;
பொழுதெ லாமுங்கள் பாடத்தில் போக்கிநான்
மெய்ய யர்ந்து விழிகுழி வெய்திட
வீறி ழந்தென துள்ளநொய் தாகிட
ஐயம் விஞ்சிச் சுதந்திர நீங்கியென்
அறிவு வாரித் துரும்பென் றலைந்ததால்

செலவு தந்தைக்கோ ராயிரஞ் சென்றது;
தீதெ னக்குப்பல் லாயிரஞ் சேர்ந்தன;
நலமொ ரெட்டுணை யுங்கண்டி லேனிதை
நாற்ப தாயிரங் கோயிலிற் சொல்லுவேன்!
சிலமுன் செய்நல் வினைப்பய னாலும்நந்
தேவி பாரதத் தன்னை யருளினும்
அலைவு றுத்துநும் பேரிருள் வீழ்ந்துநான்
அழிந்தி டாதொரு வாறுபி ழைத்ததே!

திருமணம்

நினைக்க நெஞ்ச முருகும்;பிறர்க்கிதை
நிகழ்த்த நாநனி கூசு மதன்றியே
எனைத்திங் கெண்ணி வருந்தியும் இவ்விடர்
யாங்ஙன் மாற்றுவ தென்பதும் ஓர்ந்திலம்;
அனைத்தொர் செய்திமற் றேதெனிற் கூறுவேன்;
அம்ம!மாக்கள் மணமெனுஞ் செய்தியே.
வினைத்தொ டர்களில் மானுட வாழ்க்கையுள்
மேவு மிம்மணம் போற்பிறி தின்றரோ!

வீடு றாவணம் யாப்பதை வீடென்பார்!
மிகவி ழிந்த பொருளைப் பொருளென்பார்;
நாடுங் காலொர் மணமற்ற செய்கையை
நல்ல தோர்மண மாமென நாட்டுவார்.
கூடு மாயிற் பிரம சரியங் கொள்;
கூடு கின்றில தென்னிற் பிழைகள் செய்து
ஈட ழிந்து நரகவழிச் செல்வாய்;
யாது செய்யினும் இம்மணம் செய்யல்காண்

வசிட்ட ருக்கும் இராமருக்கும் பின்னொரு
வள்ளு வர்க்கும்முன் வாய்த்திட்ட மாதர்போல்
பசித்தொ ராயிரம் ஆண்டு தவஞ்செய்து
பார்க்கி னும்பெறல் சால வரிதுகாண்.
புசிப்ப தும்பரின் நல்லமு தென்றெணிப்
புலையர் விற்றிடும் கள்ளுண லாகுமோ?
அசுத்தர் சொல்வது கேட்களிர்,காளையீர்;
ஆண்மை வேண்டின் மணஞ்செய்தல் ஓம்புமின்

வேறு தேயத் தெவரெது செய்யினும்
வீழ்ச்சி பெற்றவிப் பாரத நாட்டினில்
ஊற ழிந்து பிணமென வாழுமிவ்
வூனம் நீக்க விரும்பும் இளையர்தாம்
கூறு மெந்தத் துயர்கள் விளையினும்
கோடி மக்கள் பழிவந்து சூழினும்
நீறு பட்டவிப் பாழ்ச்செயல் மட்டினும்
நெஞ்சத் தாலும் நினைப்ப தொழிகவே

பால ருந்து மதலையர் தம்மையே
பாத கக்கொடும் பாதகப் பாதகர்
மூலத் தோடு குலங்கெடல் நாடிய
மூட மூடநிர் மூடப் புலையர்தாம்,
கோல மாக மணத்திடைக் கூட்டுமிக்
கொலையெ நுஞ்செய லொன்றினை யுள்ளவும்
சால வின்னுமோ ராயிரம் ஆண்டிவர்
தாத ராகி அழிகெனத் தோன்றுமே!

ஆங்கொர் கன்னியைப் பத்துப் பிராயத்தில்
ஆள் நெஞ்சிடை யூன்றி வணங்கினன்;
ஈங்கொர் கன்னியைப் பன்னிரண் டாண்டனுள்
எந்தை வந்து மணம்புரி வித்தனன்.
தீங்கு ம்ற்றிதி லுண்டென் றறிந்தவன்
செயலெ திர்க்குந் திறனில நாயினேன்.
ஓங்கு காதற் றழலெவ் வளவென்றன்
உளமெ ரித்துள தென்பதுங் கண்டிலேன்

மற்றொர் பெண்ணை மணஞ்செய்த போழ்துமுன்
மாத ராளிடைக் கொண்டதொர் காதல்தான்
நிற்றல் வேண்டு மெனவுளத் தெண்ணிலேன்;
நினைவை யேயிம் மணத்திற் செலுத்திலேன்;
முற்றொ டர்பினில் உண்மை யிருந்ததால்
மூண்ட பின்னதொர் கேளியென் றெண்ணினேன்.
கற்றுங் கேட்டும் அறிவு முதிருமுன்
காத லொன்று கடமையொன் றாயின!

மதனன் செய்யும் மயக்க மொருவயின்;
மாக்கள் செய்யும் பிணிப்புமற் றோர்வயின்;
இதனிற் பன்னிரண் டாட்டை யிளைஞனுக்
கென்னை வேண்டும் இடர்க்குறு சூழ்ச்சிதான்?
எதனி லேனுங் கடமை விளையுமேல்
எத்து யர்கள் உழன்றுமற் றென்செய்தும்
அதனி லுண்மையோ டார்ந்திடல் சாலுமென்று
அறம்வி திப்பதும் அப்பொழு தோர்ந்திலேன்

சாத்தி ரங்கள் கிரியைகள் பூசைகள்
சகுன மந்திரந் தாலி மணியெலாம்

யாத்தெ னைக்கொலை செய்தன ரல்லது
யாது தர்ம முறையெனல் காட்டிலர்.
தீத்தி றன்கொள் அறிவற்ற பொய்ச்செயல்
செய்து மற்றவை ஞான நெறியென்பர்;
மூத்த வர்வெறும் வேடத்தின் நிற்குங்கால்
மூடப் பிள்ளை அறமெவண் ஓர்வதே?

தந்தை வறுமை எய்திடல்

ஈங்கி தற்கிடை யெந்தை பெருந்துயர்
எய்தி நின்றனன்,தீய வறுமையான்;
ஓங்கி நின்ற பெருஞ்செல்வம் யாவையும்
ஊணர் செய்த சதியில் இழந்தனன்;
பாங்கி நின்று புகழ்ச்சிகள் பேசிய
பண்டை நண்பர்கள் கைநெகிழ்த் தேகினர்;
வாங்கி யுய்ந்த கிளைஞரும் தாதரும்
வாழ்வு தேய்ந்தபின் யாது மதிப்பரோ?

பர்ப்ப நக்குலங் கெட்டழி வெய்திய
பாழ டைந்த கலியுக மாதலால்,
வேர்ப்ப வேர்ப்பப் பொருள் செய்வ தொன்றையே
மேன்மை கொண்ட தொழிலெனக் கொண்டனன்;
ஆர்ப்பு மிஞ்சப் பலபல வாணிகம்
ஆற்றி மிக்க பொருள்செய்து வாழ்ந்தனன்;
நீர்ப்ப டுஞ்சிறு புற்புத மாமது
நீங்க வேயுளங் குன்றித் தளர்ந்தனன்;

தீய மாய வுலகிடை யொன்றினில்
சிந்தை செய்து விடாயுறுங் காலதை
வாய டங்க மென்மேலும் பருகினும்
மாயத் தாகம் தவிர்வது கண்டிலம்;
நேய முற்றது வந்து மிகமிக
நித்த லும்மதற் காசை வளருமால்.
காய முள்ள வரையுங் கிடைப்பினும்
கயவர் மாய்வது காய்ந்த உளங்கொண்டே

'ஆசைக் கோரள வில்லை விடயத்துள்
ஆழ்ந்த பின்னங் கமைதியுண் டாமென

மோசம் போகலிர் என்றிடித் தோதிய
மோனி தாளிணை முப்பொழு தேத்துவாம்;
தேசத் தார்புகழ் நுண்ணறி வோடுதான்
திண்மை விஞ்சிய நெஞ்சின னாயினும்
நாசக் காசினில் ஆசையை நாட்டினன்
நல்லன் எந்தை துயர்க்கடல் வீழ்ந்தனன்

பொருட் பெருமை

"பொருளி லார்க்கிலை யிவ்வுல" கென்றநம்
புலவர் தம்மொழி பொய்ம்மொழி யன்றுகாண்,
பொருளி லார்க்கின மில்லை துணையிலை,
பொழுதெ லாமிடர் வெள்ளம்வந் தெற்றுமால்.
பொருளி லார்பொருள் செய்தல் முதற்கடன்;
போற்றிக் காசினுக் கேங்கி யுவிர்விடும்
மருளர் தம்மிசை யேபழி கூறுவன்;
மாமகட் கிங்கொர் ஊன முரைத்திலன்

அறமொன் றேதரும் மெய்யின்பம் என்றநல்
லறிஞர் தம்மை அனுதினம் போற்றுவேன்.
பிறவி ரும்பி உலகினில் யான்பட்ட
பீழை எத்தனை கோடி! நினைக்கவும்
திறன ழிந்தென் மனமுடை வெய்துமால்.
தேசத் துள்ள இளைஞர் அறிமினோ!
அறமொன் றேதரும் மெய்யின்பம்;ஆதலால்
அறனை யேதுணை யென்றுகொண் டுய்திரால்

வெய்ய கர்மப் பயஙளின் நொந்துதான்
மெய்யு ணர்ந்திட லாகு மென்றாக்கிய
தெய்வ மேயிது நீதி யெனினும்நின்
திருவ ருட்குப் பொருந்திய தாகுமோ?
ஐய கோ! சிறி துண்மை விளங்குமுன்,
ஆவி நையத் துயருறல் வேண்டுமே!
பையப் பையவோர் ஆமைகுன் றேறல்போல்
பாருளோர் உண்மை கண்டிவண் உய்வரால்

தந்தை போயினன் பாழ்மிடி சூழ்ந்தது;
தரணிமீதினில் அஞ்சலென் பாரிலர்;

சிந்தை யில்தெளி வில்லை;உடலினில்
திறனு மில்லை;உரனுளத் தில்லையால்;
மந்தர் பாற்பொருள் போக்கிப் பயின்றதாம்
மடமைக் கல்வியால் மண்ணும் பயனிலை,
எந்த மார்க்கமும் தோற்றில தென்செய்கேன்?
ஏன்பி றந்தனன் இத்துயர் நாட்டிலே?

முடிவுரை

உலகெ லாமொர் பெருங்கன வஃதுளே
உண்டு றங்கி இடர்செய்து செத்திடும்
கலக மானிடப் பூச்சிகள் வாழ்க்கையோர்
கனவி னுங்கன வாகும்;இதற்குநான்
பலநி னைந்து வருந்தியிங் கென்பயன்?
பண்டு போனதை எண்ணி யென்னாவது?
சிலதி னங்கள் இருந்து மறைவதில்
சிந்தை செய்தெவன் செத்திடு வானடா!

ஞான் முந்துற வும்பெற் றிலாதவர்
நானி லத்துத் துயரன்றிக் காண்கிலர்;
போன தற்கு வருந்திலன் மெய்த்தவப்
புலமை யோனது வானத் தொளிருமோர்
மீனை நாடி வளைத்திடத் தூண்டிலை
வீச லொக்கு மெனலை மறக்கிலேன்;
ஆன தாவ தனைத்தையுஞ் செய்ததோர்
அன்னை யே!இனி யேனும் அருள்வையால்

வேறு

அறிவிலே தெளிவு, நெஞ்சிலே உறுதி,
அகத்திலே அன்பினோர் வெள்ளம்,
பொறிகளின்மீது தனியர சாணை,
பொழுதெலாம் நினதுபே ரருளின்
நெறியிலே நாட்டம், கரும யோகத்தில்
நிலைத்திடல் என்றிவை யருளாய்
குறிகுண மேதும் இல்லதாய் அனைத்தாய்க்
குலவிடு தனிப்பரம் பொருளே!

‘கனவிலுங் கனவு’ - பகுப்பாய்வு

‘கனவு’ என்பது நனவிலியைப் புரிந்துகொள்வதற்கான அரசப் பாதை.

- ஃப்ராய்ட்

பாரதியாரின் ‘கனவுக் கவிதை’ ஒரு சுயசரிதை. இது, ‘நனவிலி சரிதை’ என ஃப்ராய்டிய நோக்கில் அறிய முடிகிறது. அவரின் படைப்புகள் முழுவதும் உளப்பகுப்பாய்வுக்கு ஏற்புடையவை என்றாலும், இந்தக் கனவுக் கவிதை மிகப் பொருத்தம். மேலும், அவரின் நனவிலியைப் புரிந்து கொள்வதற்கான மூலாதாரமாக இந்தக் கவிதை அமைந்துள்ளது. காரணம், இதன் பாடுபொருள். குறிப்பாகக் காதல் தோல்வியை முன்னிலைப் படுத்துகிறது. மற்ற எதிர்மறை உணர்வுகள் (ஆங்கிலம், தந்தை இழப்பு) இதில் இருந்தாலும், காதலே முதன்மையாக உள்ளது. இங்கே கனவு என்று காதலைத்தான் சொற்லாமல் சொல்கிறார்.

மனிதனுக்கு மட்டும் உரிய அடிப்படை உணர்வுகளுள் காதலும் ஒன்று. சில பறவை, விலங்குகளுக்கும் காதல் உள்ளதாகக் கூறுவர். அதை நவீன அறிவியல் முழுமையாக ஏற்கவில்லை. அவை ஜோடியாக இருப்பதால் காதல் எனக் கருத முடியாது என்கிறது. அந்த இணைவுக்கு வேறு காரணங்கள் இருக்கலாம் என்கிறது. குறிப்பாகத் தற்காப்பு உணர்ச்சி, பாதுகாப்புணர்ச்சி, தனிமையச்சம் என ஏதேனும் இருக்கலாம்.

அப்படியே காதல் எனக் கொண்டாலும் அது மனிதக் காதலிலிருந்து முற்றிலும் வேறுபட்டது. உடலிலிருந்து உள்ளத்துக்குப் போவது அஃறிணைக் காதல். உள்ளத்திலிருந்து உடலுக்கு வருவது மனிதக் காதல். ஏனென்றால், மனிதனுக்கு உடலியல் வாழ்வைவிட உள

வாழ்வே முதன்மை. மன நிம்மதிக்காகவே மனிதன் போராடி வருகிறான். உடலியல் தேவைப் பொருட்கள் இருந்தாலும் உள்ளம் நிறைவடைவதில்லை. இது மனித உளவியல்பு. இந்த உள்ளம்தான் மனிதனை அடிக்கடி நிலைகுலையச் செய்கிறது.

மனத்தால் வாழ்பவன் என்பதால் நமக்கு மனிதன் எனப் பெயர் வந்தது. (மானுஷ் - மனுஷ் - மனுஷன் - மனிதன்). அதனால்தான், மனம் போல் விரிவடைந்து வருகிறான். ஆறாம் அறிவு என்பது பகுத்தறிவல்ல; மனம் என்கிறார் தொல்காப்பியர். 'ஆறறி வதுவே அவற்றொடு மனனே'. உயர்திணை என்பது (உயர்+திணை) வினைத்தொகை. காலத்துக்கேற்ப உயர்ந்து வருகின்ற உயிரினம் மனித இனம். அதனால், மனித இருப்பு மனம் போல் விரிந்து வருகின்றது.

ஆதிக் காலத்துப் பறவை, விலங்குகள் இன்னும் அப்படியேதான் வாழ்ந்து வருகின்றன. மனிதன் மட்டும் உயர்ந்து வருகின்றான். அந்த விரிவாக்கத்தின் ஓரங்கம் காதல். இது இடையில் தோன்றிய உணர்வு. உளவியல்படி, இந்தக் காதல் சமூகத் தயாரிப்பாகும். காரணம், சமூகம் தோன்றியதற்கு முன் காதல் இல்லை. இனக் கவர்ச்சி இருந்தது. அதைக் காதல் என்று இன்னும் நம்பிக் கொண்டிருப்பதைக் காணலாம்.

உணர்வெழுச்சிக் கோட்பாட்டின்படி, அடிப்படை உணர் வெழுச்சிகளில் காதல் வராது. மாறாக, உயர்நிலை அறிமுறை உணர்வெழுச்சி வகைக்குள் வருகிறது. இதைக் கண்டவர் பால் எக்மன் (Paul Ekman) என்கிற உளம்சார் மானுடவியலர். இவரின் ஆய்வுப்படி, மனிதரிடையே அடிப்படை உணர்வெழுச்சிகள் (basic emotions) உயர்நிலை அறிமுறை உணர்வெழுச்சிகள் (higher cognitive emotions) என இரு வகை உணர்வெழுச்சிகள் உள்ளன (Evans, 5).

அடிப்படை உணர்வெழுச்சிகள் அகிலப் பொதுவானவை; உடன் பிறந்தவை. காலங்காலமாக இருந்து வருபவை. மாறாக, உயர்நிலை அறிமுறை உணர்வெழுச்சிகள் புறத்திலிருந்து பெறப்படுபவை; வளர்ப்பின்போது திணிக்கப்படுபவை. சமூகப் பண்பாட்டுச் சார்புடையவை. இவை அனைவரிடத்திலும் பொதுவில் இருக்க வாய்ப்பில்லை. கால, இட, சூழலுக்கு ஏற்ப அமைந்திருப்பவை.

பால் எக்மன் முடிபுபடி, ஆனந்தம் (joy) வருத்தம் (distress) கோபம் (anger) அச்சம் (fear) வியப்பு (surprise) அருவருப்பு (disgust) ஆகியவை அடிப்படை உணர்வெழுச்சிகள் ஆகும். இவை பிறப்போடு பிறப்பாக நம்முள் இருந்துவருபவை. மாறாக, காதல் (love) குற்றவுணர்வு (guilt) அவமானம் (shame) சங்கடம் (embarrassment) கௌரவம் (pride) ஏக்கம் (envy) பொறாமை (jealousy) ஆகியவை உயர்நிலை அறிமுறை உணர்வெழுச்சிகள் ஆகும். இந்த உணர்வெழுச்சிகள் பிறப்பாலன்றி திணிப்பால் உருவாக்கப்பட்டவை. நாம் பார்க்கின்ற காதல் என்பது அடிப்படை உணர்வெழுச்சியல்ல. அதாவது, இயல்பாக அகத்திலிருந்து தோன்றுவதல்ல. புறத்திலிருந்து அறிந்து கொள்வதாகும்.

தொல்காப்பியரிடமும் இத்தகு பாகுபாடு உள்ளது. அவரின் மெய்ப்பாட்டியலில் நகை, அழுகை, இழிவரல், மருட்கை, அச்சம், பெருமிதம், வெகுளி, உவகை ஆகியவை அடிப்படை உணர்வு வெளிப்பாடுகளாகும் (தொல். 1197). இதில் காதல் இல்லை. மாறாக, ஏனைய முப்பத்திரண்டு துணை மெய்ப்பாடுகளுள் காதல் தொடர்பான வரைவு எனும் உணர்நிலை இருக்கின்றது. எனவே, தொல்காப்பியரும் காதலை இரண்டாம்நிலை மெய்ப்பாடுகளில் ஒன்றெனக் கொள்கிறார் (தொல். 1206).

மேற்கண்ட உளவிளக்கங்கள்படி, காமம் பொதுநிலை என்றும் காதல் தனிநிலை என்றும் கொள்ளலாம். அதாவது, இனக் கவர்ச்சி அகிலப் பொதுவானது. உள்ளக் கவர்ச்சி தனியர் துவமானவை. இந்த இனக் கவர்ச்சியைக் காதல் எனக் கொள்ளும் மாயையில் மனித மனம் உள்ளது. இது, காதலாகப் பரிணமிக்கலாம். ஆனால், இனக் கவர்ச்சியே காதலாகாது. உடல்கவர்ச்சிக் குறைந்துவிடின் உடல் காதல் வீரியம் கலகலத்துவிடும். மாறாக, உளம்சார் காதல் உடல் கடந்து நிற்கும். இந்தக் காதலைத்தான் தொல்காப்பியர் 'இயற்கைப் புணர்ச்சி' என்கிறார். இதுவே உள்ளப் புணர்ச்சியாகும்.

உள்ளப் புணர்ச்சியும் மெய்யுறு புணர்ச்சியும்
கள்ளப் புணர்ச்சியுள் காதலர்க்கு உரிய (நம்பி. 34)

உள்ளம் பிறகே உடல். இதுதான் உண்மையான களவு. இந்த உள்ளப் புணர்ச்சி முழுமைக்கும் உளவியலுக்கு உரியது. இது நவீன உளவியல் கண்ட உண்மை.

இவை ஒருபுறம் இருக்க, ஆழத்துச் சிந்தனையாளர்களும் படைப்பாளிகளும் ஓரிடத்தில் சந்திப்பதைக் காணலாம். அப்படியான சந்திப்புப் புள்ளியில் பாரதியாரும் சிக்மண்ட் ஃப்ராய்டும் இருக்கின்றனர். அதை வெளிக்கொண்டு வருவதே இந்த ஆய்வின் நோக்கம்.

ஃப்ராய்டும் (1856-1939) பாரதியாரும் (1882-1921) சமகாலத்தவர் என்பது சிறப்பு. பாரதியாரின் இறுதிக் காலங்களில் (1920-களில்) உலகளவில் பிரபலமானவராக ஃப்ராய்ட் திகழ்ந்திருந்தார். ஐரோப்பிய இலக்கியவாதிகளையும் மார்க்ஸ், லெனின் முதலிய தத்துவவாதிகளையும் அறிந்திருந்த பாரதியார், ஃப்ராய்டை அறியாமலிருக்க வாய்ப்பில்லை. மார்க்ஸ், லெனின் அளவுக்கு இந்தியச் சூழலில் ஃப்ராய்ட் பேசப்படவில்லை என்பதால் ஃப்ராய்டை மௌனமாகவே பாரதியார் கடந்து போயிருக்கக் கூடும். குறைந்தபட்சம் அவரைப் பற்றிய குறிப்பை அறிந்திருக்கக் கூடும். எனினும், தமது எழுத்துகளில் எங்கும் குறிக்கவில்லை.

உலகின் பல நாடுகள் (குறிப்பாக, மூன்றாம் உலக நாடுகளில்) ஃப்ராய்டைக் கண்டுகொள்ளாமல் போனதற்கு அவரின் ‘ஏகப்பாலியல்’ கொள்கை (pansexualism) ஒரு காரணம். இன்றளவும் ஃப்ராய்டை இந்தியச் சமூகம் ஒதுக்கிவைப்பதற்கு அதன் ஏகப் பாலியல் மீதான அதிருப்தியே காரணமாக உள்ளது. ஃப்ராய்டின் மகள் அன்னா ஃப்ராய்டின் பார்வையில் இந்த ஒதுக்கம் என்பது நனவிலிக்கு எதிரான தற்காப்புச் செயலாகும். அன்றைய காலக்கட்டத்தில் இந்தியாவில் உளவியல் துறை போதுமான எழுச்சிப் பெறவில்லை என்பதால் இந்த நிலை ஏற்பட்டிருக்கும். அதிலும் உளப்பகுப்பாய்வு அரிதான ஒன்று. ஐரோப்பாவைத் தாண்டி அது காலூண்றவில்லை.

இந்தியாவில் இந்தக் காலக் கட்டத்தில் கிரிந்திரசேகர் போஸ் என்பவரால் கல்கத்தாவில் உளப்பகுப்பாய்வுக் கழகம் ஒன்று தொடங்கப்பட்டது. சிலகாலம் இயங்கி வந்தது. ஒரு கட்டத்தில் காணாமல் போனது. வேறெங்கும் இந்தியாவில் கழகம் தொடக்கப்படவில்லை மேலை நாட்டுச் சாத்திரங்கள் தமிழ் மொழியில் பெயர்க்கப்பட வேண்டும் என்று விரும்பிய பாரதியார், ஃப்ராய்டை அறியாதிருந்திருக்க வாய்ப்பில்லை. எனினும், பாரதியாரின் படைப்பாழம் கொண்டு அவரை

ஃப்ராய்டுடன் இணைத்துப் பார்க்க வழியுள்ளது. அதைத்தான் இங்கே சுட்டிக்காட்ட விரும்புகிறேன்.

தேசியம், சமயம், ஆன்மிகம், மொழி, சமூகம் முதலிய பாடுபொருள்களில் கவிதை படைத்த பாரதியார், சுயசரிதை ஒன்றைப் படைக்கின்றார். தன்வரலாறு எனப்படுகின்ற சுயசரிதை சிறிய அளவிலான கவிதை. இது, அவரின் முழுமையான தன்வரலாறு கிடையாது. பிள்ளைப் பருவத்தில் ஏற்பட்ட காதல் அனுபவத்தை முதன்மை கொண்டு கவிதையாக்குகிறார். இந்தச் சுயசரிதை அவரின் வாக்குமூலம். அதுவும் உளவியல் வாக்குமூலம். காரணம், இந்தப் பருவத்தில் ஏற்பட்ட உள பாதிப்புகளை வெட்டவெளியாக்குகின்றார்.

வாழ்வில் பல கட்டங்கள் இருக்க, இந்தப் பகுதியை மட்டும் அவர் மொழிதலாக்குவதற்கு என்ன காரணம்? இதற்கு மிக நிச்சியமாக உளவியல் காரணமாகத்தான் இருக்க முடியும். ஏனென்றால், சமூக விழிப்புணர்வு முழுமை பெறாத பத்து வயதளவில் ஏற்பட்ட காதல் பின்னணியாக உளம்சார் காரணங்களே பின்னணியாக இருக்க முடியும். இந்த உறுதிப்பாட்டின் வழியாக பாரதியாரின் சுயசரிதையை உளப்பகுப்பாய்வு செய்ய முனைகிறேன்.

உளப்பகுப்பாய்வில் 'தன்வரலாற்று உளப்பகுப்பாய்வு' (autobiographical psychoanalysis) என்கிற ஒரு பிரிவு உள்ளது. இலக்கியம், ஓவியம், நாடகத்தைப் பகுப்பாய்வு செய்வதுபோல் இது நடந்து வருகிறது. பல தலைவர்கள், சிந்தனையாளர்கள், படைப்பாளிகள் தங்களது சுயசரிதையை எழுதியுள்ளனர். அது அவர்களைப் பல கோணங்களில் பகுப்பாய்வு செய்வதற்கான முதன்மைச் சான்றாதாரமாக விளங்கிவிடுகின்றது. இது, உளப்பகுப்பாய்வுக்கு மிகவும் அவசியமானது.

உளப்பகுப்பு மருத்துவத்தில் நோய் வரலாறு (case history) முக்கிய அங்கமாகும். அது, நோய் சார்ந்த உள வாழ்வைக் குறிக்கிறது. இந்த வரலாறு ஒருவிதத்தில் தன்வரலாறு போன்றது. அப்படிப்பட்ட குறிப்புரையாகப் பாரதியாரின் சுயசரிதை உள்ளது. இந்தக் கனவுக் கவிதை இலக்கிய உளப்பகுப்பாய்வுக்கு மிகப் பொருத்தம் என்பதில் ஐயமில்லை. காரணம், ஒரு படைப்பாளியை உளப்பகுப்பாய்வு செய்ய அவரின் படைப்பு மட்டும் போதுமென்றாலும், வாழ்க்கை வரலாற்றைப்

பின்னணியாக வைத்துக் கொண்டு பகுப்பாய்ந்தால் கூடுதல் தெளிவு ஏற்படும்.

இந்தப் பார்வை உளப்பகுப்பாய்வுக்கு மிகவும் தேவையாகிறது. சான்றாக, புதுமைப்பித்தன் கதைகளைக் கொண்டு அவரின் பதற்ற மனநிலையை (anxiety) அறிந்து கொள்ள முடியும். இருந்தாலும், பிறர் எழுதிய அவரின் வாழ்க்கை வரலாற்றை (தொ.மு.சி. ரகுநாதன்) ஆராயும்போது கூடுதற் தெளிவு கிடைக்கிறது. இதுவே, தன்வரலாற்றைப் புதுமைப்பித்தன் எழுதியிருந்தால் கூடுதற் உறுதிப்பாடு ஏற்பட்டிருக்கும். காரணம், சொந்த அனுபவங்களை எழுதும்போது உணர்வு பூர்வமாக இருக்கும். இதைக் கண்ணதாசனின் ‘வனவாசம்’ மெய்ப்பிக்கிறது. அந்த வகையில் பாரதியாரின் சுயசரிதை உளப்பகுப்பாய்வுக்கு ஏற்புடைதாகிறது.

ஒரு படைப்பாளியின் இலக்கியத்தைக் கொண்டு அவரின் நனவிலி நிலைகளை ஆராயும்போது, படைப்பினுள்ளேயே உளப்பகுப்பாய்வு செய்வது ஒருபக்கம் இருந்தாலும் அவரின் சுயசரிதை வழியில் சில உளவியல் மெய்ம்மைகளை மெய்ப்பிக்க வாய்ப்புள்ளது. அப்படியான வாய்ப்பை நமக்குப் பாரதியார் வழங்குகிறார். அதுவும் கவிதை வடிவில் சுயசரிதையை வழங்கியிருப்பது கூடுதல் சிறப்பு. காரணம், இலக்கிய வடிவங்களில் கவிதைக்கெனத் தனியிடம் உளப்பகுப்பாய்வில் உள்ளது. இந்தக் கவிதை வடிவம் இரவுக் கனவுக்கு இணையானது.

படைப்பாளிகளைப் பகல்கனவு காண்போராக ஃப்ராய்ட் கண்டாலும் இது பெரும்பாலும் நாவலாசிரியர்களுக்கே பொருந்தும். மாறாக, கவிதை வெளிப்பாட்டை இரவுக் கனவுடன் இணைத்துப் பேசுவார் ஃப்ராய்ட். குறிப்பாக, கனவுகளின் விளக்கத்திலும் இந்தக் குறிப்பைக் காணலாம். இதற்கு உளத் தர்க்கம் உள்ளது. கவிதையும் (உறக்கக்) கனவும் ஆழத்து மனநிலையில் இருந்து வெளிப்படுபவை ஆகும். நனவின் பங்கு குறைந்து நனவிலி கூடும்போது வெளிப்படுகின்ற படிமங்கள் இருண்மை வாய்ந்தவையாக உள்ளன. அதனால், கனவு உத்திகள் யாவும் கவிதை உத்திகளாக அமைந்துவிடுகின்றன.

குறிப்பாக, உறைவு (condensation) இடப்பெயர்வு (displacement) குறியீட்டாக்கம் (symbolisation) ஆகிய முக்கிய உத்திகள்

கனவுக்கும் கவிதைக்கும் பொதுவாக அமைந்துவிடுகின்றன (Sulloway, 335). இருப்பினும், நாவல்களிலும் இந்த உத்திகளைக் காணலாம். ஆனால், இருண்மை இருக்காது. அதனால், மேம்போக்கான உத்திமுறைகளே நாவல்களில் இடம்பெறும் என்பதில் ஐயமில்லை.

மேற்கண்ட விளக்கங்கள்படி, கவிதையோ நாவலோ கனவு உத்திகளின் தயாரிப்புகளாகும். மேற்சொன்ன உறைவு, இடப்பெயர்வு, குறியீட்டாக்கம் ஆகியவையற்ற இலக்கிய ஆக்கங்களைக் காண முடியாது. இவை ஒருபக்கம் இருக்க, மனித வாழ்க்கை ஒரு கனவு என்பார் லக்கான். இதில், அந்த மூன்று உத்திகளும் கலந்திருக்கும் என்பதில் ஐயமில்லை. இதற்கு ஒருபடி மேலே சென்று இந்த மானுட வாழ்க்கையைக் 'கனவினுள் கனவு' என்கிறார் பாரதியார்.

'கனவிலுங் கனவு' என்பது மோசத்திலும் மோசம் போன்றது. அதாவது, மோசத்துக்குள் மோசமாக இந்த வாழ்க்கை உள்ளதென்று பொருள். இது, விரக்தியின் வெளிப்பாடு. அது மட்டுமின்றி ஆன்மீகத்தின் தாக்கம் இதில் உள்ளது. 'உலகே மாயம்... வாழ்வே மாயம்...' இதுதான் பாரதியார் அறிந்த ஆன்மிகம். இந்த இடத்துக்கு அவர் வர உளவாழ்வில் நிறைவின்மை காரணம். இதன் விளைவுதான் கனவினுள் கனவு. இப்படியான கருத்துருவைப் பாரதியார் கொள்வதற்குக் 'காதல் தோல்வி' முக்கியக் காரணம். காரணம், இதில்தான் நனவிலி வாழ்வு பொதிந்துள்ளது.

நனவிலிக்குக் புறம்பாக நனவு வாழ்ந்தால் அது தோல்வியிலேயே முடியும். இதற்குப் பாரதியார், தமிழ் ஒளி, ஆத்மநாம் முதலியோர் சான்று. இந்த மூவரும் காதல் தோல்வியால் நனவிலி உளவாழ்வை இழந்தவர்கள். எனவே, பாரதியாரைப் புரிந்துகொள்ளும் முன் காதலில் உள்ள நனவிலி வாழ்வை அறிந்துகொள்ள வேண்டியுள்ளது. அதாவது, காதல் குறித்த உளப்பகுப்பாய்வு விளக்கங்களை முதலில் காண வேண்டியுள்ளது. அப்போதுதான் காதலால் உண்டான உளப் பாதிப்புகளைப் புரிந்துகொள்ள முடியும். பாரதியார் நனவிலியை அறிய முடியும்.

II

பாரதியார் ஒரு நனவிலிக் கவிஞர். நனவறிந்து அவர் படைத்த கவிதைகள் பெரும்பாலும் நனவிலி ஆழம் மிக்கவை. கனவுப் படிமங்கள்போல் வார்த்தைப் படிமங்கள் சரளமாக வெளிப்பட்டிருப்பதைக் காண முடிகிறது. ஆழச் சிந்தையில் ஆழ்ந்து போனாலன்றி இவ்வாறு படைக்க முடியாது. வள்ளலார் போல் பாரதியாரும் ஒரு பிறவிக் கவிஞர். அதனால்தான், நனவற்ற நிலையில் இவர்களால் படைக்க முடிகிறது.

சுருங்கச் சொல்லி விளங்கவைப்பது நனவிலிப் பண்புகளுள் ஒன்று. அதைத்தான் கனவு செய்கிறது. அதை முன்மாதிரியாகக் கொண்டு கவிதை மனம் செயல்படுகின்றது. அப்படிப்பட்ட கவிதையை உளத் தொழிலாகக் கொள்கிறார் பாரதியார். இங்கேதான், ஃப்ராய்டும் பாரதியாரும் சந்திக்கின்றனர். அதை இந்தக் கனவுக் கவிதை மூலம் விளங்கிக் கொள்ளலாம். 'கனவுக் கவிதை' என்கிற புள்ளியில் ஃப்ராய்டின் கனவும் பாரதியின் கவிதையும் ஒன்றிப்பாகின்றன. உளவியல் ரீதியில் இவ்விரண்டும் ஒன்றே. அதாவது, நனவிலி மனம் சார்ந்தவை. இதைப் 'படைப்பாளியும் பகல்கனவும்' எனும் கட்டுரையில் ஃப்ராய்ட் தெளிவுபடுத்துகிறார்.

ஃப்ராய்ட் தனது மருத்துவ ஆய்வுகள் வழியில் நூற்றுக்கு மேல்பட்ட உளச் செயற்பாடுகளை அடையாளம் கண்டு, அவற்றுள் சில முதன்மையாகவும் சில துணைமையாகவும் விளங்குவதைக் காட்டுகின்றார். இந்த முதன்மை, துணைமை என்பவை அந்தந்த சூழலுக்கு ஏற்ப அமையும். சான்றாக, சடங்கில் குறியீட்டாக்கம் முதன்மையாகவும் இடப்பெயர்வு துணைமையாகவும் அமையப் பெறும். பழமொழியில் உறைவு முதன்மையாகவும் இடப்பெயர்வு துணைமையாகவும் வரும். காதலில் இடப்பெயர்வும் திருமணத்தில் குறியீட்டாக்கமும் கூடுதல் கொள்ளும். இவ்வாறு, செயல்பாட்டு நிலைகளுக்கு ஏற்ப நனவிலி உத்திகள் அமையப் பெறும். இதை அடையாளம் காண நீண்ட பயிற்சி தேவை.

பாரதியாரின் கனவுக் கவிதையில் சில உளச் செயற்பாடுகள் முதன்மையாக இருப்பதை அறிய முடிகிறது. இடப்பெயர்வு, குறியீட்டாக்கம் ஆகிய கனவுத் தொழில்கள் முதன்மையாக

விளங்குகின்றன. இந்தக் கவிதைத் தலைப்பே 'கனவு' என்பதால் கனவுப் பகுப்பாய்வு முறையில் இதை ஆராய்தால் நமக்குக் கூடுதல் தெளிவு கிடைப்பது திண்ணம். இவையன்றி, துணைமைக் கூறுகள் எனச் சில தெரிகின்றன. குறிப்பாக, பதற்றம் (anxiety) பொருமுக உணர்வுகள் (ambivalent feelings) தணிக்கை (censorship) கட்டாயத் திரும்பம் (compulsion to repeat) சாவு விருப்பம் (death wish) ஒன்றுதல் (identification) மிகைத் தீர்மானிப்பு (over-determinism) எதிர்புகளின் இணை (pair of opposites) புறத்தெறிவு (projection) பின்னோக்கம் (regression) தன்மோகம் (narcissism) ஈகோவின் பிளவு (splitting of ego) புறநிலை பிளவு (spliting of object) தற்காப்பு இயக்கம் (defensive mechanism) மோகத்திரிபுகள் (perversions) குறியீட்டு உருவாக்கம் (symptom formation) சமரச உருவாக்கம் (compramise formation) நோய்க்குறி உருவாக்கம் (symptom formation) புறநிலை உறவு (object relation) தேக்கம் (fixation) ஆகியவை உள்ளன. இவற்றைக் கொண்டு பாரதியார் நனவிலியை அளவிட முடியும்.

பாரதியார் மறைந்து ஒரு நூற்றாண்டு கடந்துவிட்டது. இருந்தும் அவர் குறியீடாக இன்னமும் இருக்கின்றார். அவரின் கவிதைகள் மரணமில்லாப் பெருவாழ்வு பெற்றது. அதற்குப் பல காரணங்கள் இருந்தாலும், உளப்பகுப்பாய்வு ரீதியில் நனவிலி ஈர்ப்புக் கொண்டவையாக அவை விளங்குகின்றன. நனவிலி ஈர்ப்புடைய படைப்புகள் எந்த வடிவங்களில் இருந்தாலும் அவை சாகாவரம் பெற்றவை. காரணம், உள்ளத்தில் நனவிலி மாறுதலுக்கு உட்படாமல் என்றென்றும் இருப்பது. (உளப்பகுப்பு மருத்துவத்தால் மாற்றமடையலாம்). அது மறைபொருளாக இருந்தாலும் மறையாப் பொருளாக இருக்கிறது.

பாரதியாரின் பல கவிதைகள் (கண்ணன் பாட்டு, குயில் பாட்டு, வசன கவிதை) நனவிலி எழுத்துகளாக விளங்குகின்றன. இவை வாசகரின் நனவிலியை வாசிக்கச் செய்கிறது. ஒரு படைப்பில் படைப்பாளியும் வாசகனும் நனவிலியில் ஒன்றிப்பானால், அந்தப் படைப்பு உளவிழுமியம் மிக்கது என்று பொருள். இந்த விதத்தில் 'கனவு' எனும் சுயசரிதை உளவிழுமியம் மிக்கதாக உள்ளது. அதிலும், நனவிலி விழுமியம் மிகுந்து காணப்படுகின்றது.

மேம்பட்ட சிந்தனையாளர்களும் படைப்பாளிகளும் வேறுபட்ட காலம், மொழி, இடமாக இருந்தாலும் ஏதோ ஒரு புள்ளியில் அவர்கள் சந்திப்பதுண்டு. சான்றாக, திருவள்ளுவர் - கம்பூசியஸ், கம்பர் - மில்டன், காளிதாஸ் - ஷேக்ஸ்பியர், புதுமைப்பித்தன் - மாப்பசான், ஜெயகாந்தன் - டிக்கன்ஸ் என அடுக்கிக் கொண்டே போகலாம். அந்த வரிசையில் சிக்மண்ட் ஃப்ராய்டும் தொல்காப்பியரும் ஒரு கோட்பாட்டில் சந்திப்பதைப் பார்க்க முடிகிறது. (பார்க்க: *தொல்காப்பியமும் ஃப்ராய்டியமும்: அழகியல் இணைநிலைகள்*).

இதே பார்வையில் ஃப்ராய்டின் சில கருத்துகள் திருக்குறளில் இருப்பதைக் காண முடிகிறது. சான்றாக, 'யாதனின் யாதனின் நீங்கியான் நோதல் அதனின் அதனின் இலன்' எனும் குறள் ஃப்ராய்டிய உளப்பகுப்பு மருத்துவ அணுகுமுறையாக உள்ளது. இவ்விரண்டும் 'நிர்வாணநிலை' எனும் புத்தர் கொள்கையில் சந்திக்கின்றன. 'மனநலம்' குறித்து அன்றே சிந்தித்தவர் திருவள்ளுவர் என்பது சிறப்பு. மனிதனின் ஆறாம் அறிவு பகுத்தறிவல்ல. மன அறிவு (மனனே) என்று தொல்காப்பியர் கூறியதில் நவீன அறிவியலின் அம்சம் உள்ளது.

இனி, பாரதியாரின் 'கனவு' பகுப்பாய்வுக்கு வருவோம். இந்தக் கவிதை மூன்று பக்க அளவிலானது. இதில் சுயசரிதை என வாழ்க்கை முழுவதையும் பாரதியார் கூற வரவில்லை. பிள்ளைப் பருவத்தில் மிகவும் பாதித்த சம்பவங்களைக் கவிதையாக்குகிறார். எனில், அவரின் உளவாழ்வில் திருப்புமுனையாக இது விளங்குகிறது என்பது பொருள். பெரிய உளப் பாதிப்பு ஆழமான உள ஊறு ஏற்படுத்தும். அது, அடுத்த கட்ட உள வாழ்வைத் தீர்மானிக்கின்ற வலிமை பெற்றுவிடும். அப்படித்தான் இந்தப் பருவ அனுபவம் பாரதியாருக்கு அமைந்துவிட்டது. அவரின் ஒட்டுமொத்த உளவாழ்வை இந்தக் கவிதையைக் கொண்டே கணித்துவிடலாம். அந்தளவுக்கு உள நுண்மை வாய்ந்த உள நிகழ்வாக உள்ளது. இதைத் தன்வரலாற்று உளப்பகுப்பாய்வு (autobiographical psychoanalysis) எனக் கூறப் பொருந்தும்.

ஃப்ராய்ட் பற்றிய வாழ்க்கை வரலாற்றைப் பலர் எழுதியுள்ளனர். குறிப்பாக, அவரின் சீடரான எர்னஸ்ட் ஜோன்ஸ் (Ernast Jones) மூன்று தொகுதிகளாகக் கொடுத்துள்ளார். பிட்டர் கே

(Peter Gay) பெருநூல் ஒன்றை உருவாக்கியுள்ளார். ஜோயில் வொய்ட்புக் (Joel Whitebook) ஜியொவான்னி காஸ்டிகன் (Giovanni Costigan) லைடியா ஃப்லெம் (Lydia Flem) எலிசபத் ரௌடிநெஸ்கோ (lisabeth Roudinesco) ஹார்லி ஹிஸ்டரி (Hourly History) க்ரிஸ்ட்ஃப்ரிட் டோஜெல் (Christfried Toegel) கொலின் வாட்ஸ் (Colin Watts) எனப் பட்டியல் நீளும். இவர்களுள் எர்னஸ்ட் ஜோன்ஸ், பிட்டர் கே நூல்கள் ஃப்ராய்டின் பல பக்கங்களைத் திறந்து காட்டுகின்றன. இவற்றுக்கு ஊக்கமாக இருந்தது ஃப்ராய்டின் தன்வரலாற்று ஆய்வாகும்.

தன்வரலாற்று உளப்பகுப்பாய்வு என்றால் என்ன? ஒருவர் மொழிந்த தன்வரலாற்றை வாக்குமூலமாகக் கொண்டு அதை உளப்பகுப்பாய்வு செய்து நனவிலியை அடையாளம் கண்டுரைப்பதே தன்வரலாற்று உளப்பகுப்பாய்வாகும். இலக்கிய உளப்பகுப்பாய்வு, ஓவிய உளப்பகுப்பாய்வு, நாடக உளப்பகுப்பாய்வு, தொன்ம உளப்பகுப்பாய்வு நாட்டார் உளப்பகுப்பாய்வு, மானுடவியல் உளப்பகுப்பாய்வு, சமய உளப்பகுப்பாய்வு முதலியவற்றுக்கு முன்னத்தி ஏராகத் திகழும் சிக்மண்ட் ஃப்ராய்ட், இந்தத் தன்வரலாற்று உளப்பகுப்பாய்வுக்கும் இருக்கிறார். சுமார் எழுபதாவது வயதில் (1925) தனது வரலாற்றை எழுதியவர் ஃப்ராய்ட். இங்கே, தன்னை வெளிப்படுத்த வேண்டி அவர் எழுதவில்லை. மாறாக, தன்னை உளப்பகுப்பாய்வு செய்யப் பார்க்கிறார். தன்னுடத்தில் உள்ள உளச் சிக்கல்களை அவரின் எழுத்துகளின் பல இடங்களில் அம்பலப்படுத்துகிறார். தனக்கும் இடிபஸ் சிக்கல் இருப்பதை அம்பலப்படுத்த தவறவில்லை.

இயற்பில் அனைவரும் உளநரம்பு நோயாளிகளே என்பதை முன்னிலைப்படுத்த வேண்டி ஆங்காங்கே சுயப் பகுப்பாய்வு செய்கிறார். உளவியலில் சுயபகுப்பாய்வு (self-analysis) எனும் புதிய உத்தியை அறிமுகப்படுத்தியவர் ஃப்ராய்ட். அதனால்தான், தன்வரலாறு என்று கூறாமல் ‘தன்வரலாற்று ஆய்வு’ (An Autobiographical Study, 1920) எனப் பெயரிடுகிறார். இந்தத் தன்வரலாற்று உளப்பகுப்பாய்வை அவரின் நோயாளி வழியில் நிகழ்த்திக்காட்டியிருக்கிறார். முன்பே கூறியபடி, நோய் வரலாறு என்பது நோயாளியின் தன்வரலாறு போன்றது.

ஃப்ராய்டின் தன்வரலாறு அவரின் சுயப் பகுப்பாய்வுக்கு ஆதாரம். இந்தச் சுயப் பகுப்பாய்வில் அவரின் தொடக்க காலப் பருவங்களை முன்னிலைப்படுத்தி அகத்தாய்வு செய்கிறார். அதாவது, தனது கோட்பாடுகளைக் கொண்டு தன்னையே ஆராய்கிறார். இதன் மூலம், மற்றவரைச் சுயப் பகுப்பாய்வு செய்து பார்க்கத் தூண்டுகிறார். உளப்பகுப்பாய்வுப் புரிதலுக்கு இது அவசியம். தனது சுயப் பகுப்பாய்வில் சில முக்கிய நிகழ்வுகளை நம்முன் காட்டுகிறார். குறிப்பாக, அவர் கடந்து வந்த பாதையை மிகச் சுருக்கமாகப் பதிவிடுகிறார். அமுக்கமும் இடிபஸ் சிக்கலும் உளப்பகுப்பாய்வின் அடிப்படைகள் என்பதை நிறுவுவதாக இந்த அகத்தாய்வு அமைந்துள்ளது (An Autobiographical Study, 1920).

சுயப் பகுப்பாய்வும் நோயாளி பகுப்பாய்வும் இணைநிலையானவை. உளப்பகுப்பு மருத்துவம் என்பது நோயாளியின் வாழ்க்கையை ஆராய்ந்து பார்த்து நோய் முதலியை அறிந்து அதைப் போக்க முயற்சிப்பதாகும். அதனால், உளப்பகுப்பாய்வு என்றாலே வாழ்க்கை வரலாற்று உளப்பகுப்பாய்வு என்பதில் ஐயமில்லை. இங்கே, நோயாளி தன்னைப் பற்றிய விவரணையை வழங்க, அதைக் கொண்டு மருத்துவர் ஆராய்வார். தன்னைப் பற்றிய அல்லது கனவு, நோய்க்குறிப் பற்றிய விவரங்கள் வார்த்தைகளாகக் கூற வேண்டும். குறிப்பாக, ஒரு சாய்விருக்கையில் அந்த நபரைச் சாய வைத்து மனம் போன போக்கில் பேசவிடவேண்டும். அந்தப் பேச்சு தடையற்ற பேச்சு. அதற்குத் 'தடையில் இயைபு' (free association) என்று பெயர் (Laplanche, 169). இந்தப் பேச்சு அல்லது மொழிதான் உளப்பகுப்பாய்வின் ஆய்வுப் பொருள். இந்த மொழிதலில் எண்ணங்களை ஆராய்ந்தவர் ஃப்ராய்ட். மொழியை ஆராய்ந்தவர் லக்கான். உளப்பகுப்பாய்வு என்பது மொழி ஆய்வுக்கு இணையானது. இது, லக்கானின் பார்வை.

இலக்கியப் படைப்பாக்கம் என்பது உளமொழிதல் போன்றது. இங்கே நாவின் பேச்சைவிடப் பேனாவின் பேச்சு ஆதாரமாகின்றது. ஒரு நோயாளி தனது மனம் போன போக்கில் பேசுவது போன்று ஒரு படைப்பாளி தனது எண்ணங்களை எழுத்தாக்குகிறார். இங்கே, சுயமாக அமர்ந்து சுயமாகத் தடையற்ற எண்ணங்களை மொழிதலாக வெளிப்படுத்துகின்றார். அதனால், இந்தப் படைப்பு ஃப்ராய்ட் கண்ட 'தடையில் இயைபு' போன்று

விளக்குகின்றது. இந்த இருவகைப்பட்ட மொழிதலில் நனவிலி வெளிப்பட ஏதுவாகின்றது. அதனால், நோயாளியின் பேச்சும் படைப்பாளியின் பனுவலும் இணைநிலையில் இருக்கின்றன. இங்கிருந்து இலக்கிய உளப்பகுப்பாய்வு தொடங்குகிறது

தடையில் இயைபையும் படைப்பாக்கத்தையும் இணையாக ஃப்ராய்ட் வைத்ததால் படைப்பாளியை முழுமைக்கும் நோயாளி என சுட்டுவிட்டார் என்று பொருளல்ல. அனைவரிடத்திலும் இருக்கின்ற நோய்நிலைகள் படைப்பாளியிடத்தில் படைப்புத்திறன் வழியில் வெளிப்படை வாய்ப்பு அமைக்கின்றது. சராசரி மனிதரிடம் கனவுகள் வழியில் வெளிப்பாடும். காரணம், கனவுகள் யாவும் தடையற்ற படிம மொழிதலாக விளங்குகின்றன. அதனால், கனவுப் பகுப்பாய்வும் நோய்க்குறிப் பகுப்பாய்வும் ஒரே படிமுறையிலானவை. இதைப் பல இடங்களில் ஃப்ராய்ட் தெளிவு படுத்துகின்றார்.

படைக்கும்போது மனத்துள் அகப்பயணம் நடக்கின்றது. இது, நோயாளியை அவனது வாழ்வின் பின்னோக்கிச் செல்ல வைப்பதற்கு இணையானது. நம்மை அறியாமல் உறக்கத்தில் நமது மனம் பின்னோக்கிச் செல்லும். அதனால்தான், குழந்தைப் பருவ அனுபவங்கள் மறைகுறிப்பாகக் கனவுகளில் வெளிப்பட வாய்ப்பாகின்றது.

கனவுக்குள் படிமங்கள் தடையற்ற நிலையில் அடுத்தடுத்து வெளிப்பட்டுக் கொண்டிருக்கும். இது, தடையற்ற பேச்சுப் போன்றது. அதனால்தான், கனவை ஃப்ராய்ட் பனுவலாகக் காண்கிறார். பனுவல் பகுப்பாய்வு (textual analysis) பார்வையில் எல்லாம் பனுவல்களே ஆகும். மொழி சார்ந்தவை மட்டுமின்றி ஐம்புலன்கள் வழியே அர்த்தம் தருகின்ற யாவும் பனுவல்களாகும். இதன்படி, கனவுப் படிமங்களும் பனுவல்களாகின்றன. ஃப்ராய்டின் கனவு நூலைப் பாரதியாரின் கனவுக் கவிதையுடன் இணைத்துப் பார்ப்பது இடைப்பனுவல் பகுப்பாய்வு (intertextual analysis) ஆகும். அதாவது, ஒன்றைக் கொண்டு இன்னொன்றைப் புரிந்து கொள்வது.

கனவும் இலக்கியமும் உள்ளத்தின் (ஈகோவின்) பின்னோக்கச் செயலின் (regression) விளைவு ஆகும். பின்னோக்கப் படிமுறையின்றி மனித உள வாழ்வு இல்லை. அதாவது,

நனவிலியின் தாக்கமின்றி நனவில் செயல்பாடுகள் இல்லை. இந்த மனித வாழ்க்கை மிகவும் சிக்கலானது. நிகழ்காலத்தில் இருந்துகொண்டு இறந்த காலத்துப் பின்னணியில் எதிர்காலம் நோக்கி வாழ்ந்து வருகின்றோம். மனித மனத்துக்கு நிகழ்கால இருப்புக்கு வாய்ப்பில்லை. குறிப்பாக, நனவு/ நனவிலி எனப் பிளவுண்ட குழந்தைப் பருவக் கணப் பொழுதில், ஈகோ தனது நிகழ்கால இருப்பை இழந்துவிடுகின்றது. அப்படி இழந்த நிகழ்காலத்தை மீண்டும் மீட்டெடுக்கவே புத்தர் முதலிய ஆன்மீக வாதிகள் தியானத்தை முன்னிலைப் படுத்துகின்றனர். ஃப்ராய்டும் இதை ஏற்கிறார். புத்தரின் நிர்வாண நிலையை உளப்பகுப்பாய்வின் நோக்கமாகக் கொள்கிறார் (Sulloway, 405). இந்த ‘நிர்வாண நிலை’ பிளவற்ற உள்ளத்தின் உச்ச நிலை; சுயநிலை.

குழந்தைப் பருவத்தில் பாலியல் விருப்பத்துக்கு எதிராக நடந்த முழுமுதல் அமுக்கம் (primal repression) உள்ளத்தில் பிளவை ஏற்படுத்திவிடுகின்றது. அந்தப் பிளவு நிகழ்கால உணர்வைக் குலைத்துவிடுகின்றது. தொடர்ந்து, இந்தப் பிளவானது புதிய பாலியல் விருப்பத்துக்கு எதிரான அமுக்கத்தை ஏற்படுத்தி வருகின்றது. இதன் விளைவாக, எதிர்மறை அனுபவங்கள் நனவிலி நிலைக்கு ஆழ்ந்துவிடுகின்றன.

முழுமுதல் அமுக்கம் எனப்படுகின்ற ஆதி அமுக்கம் ஏற்படுத்தும் எதிர்மறை விளைவுகள் உள மாறாட்டத்தை உருவாக்கிவிடுகின்றன. இதன் மாறாட்டச் செயல்பாடுகள் உள வாழ்வின் இறுதிவரைத் தொடர்ந்த வண்ணம் இருக்கும். சுருங்கச் சொல்லின், பிற்காலத்திய வாழ்வைக் குழந்தைப் பருவ அனுபவங்கள் (குறிப்பாக, பாதிப்புகள்) தீர்மானிக்கின்றன. அதனால், நோய்நிலையை அறிய நோயாளியின் வாழ்க்கையை அறிய வேண்டியுள்ளது. முன்பே கூறியபடி, ‘நோயாளிப் பகுப்பாய்வு’ (case study) என்பதன் பின்னணியில் தன்வரலாற்று உளப்பகுப்பாய்வே ஆதாரமாக உள்ளது. காரணம், தன்னிடம் வந்த நோயாளி தனது பிரச்சினையைக் கூறும்போது, வாழ்க்கைப் பின்னணியையும் நோய்க்குறி விவரங்களையும் ஃப்ராய்ட் கேட்டறிவார். பிறகு, இரண்டையும் பொருத்திப் பார்த்து அதற்கான உள மருத்துவத்தை மேற்கொள்வார்.

‘எனக்குள் ஏதோ ஒன்று என்னை என்னவோ செய்து வருகின்றது’ என்கிற சில நோயாளிகளின் வாக்குமூலம், நனவிலியை அறிய ஃப்ராய்டுக்கு ஊக்கம் தந்தது. இந்த நனவிலி அந்த நோயாளியின் வாழ்க்கையின் மறுபக்கம். எனவே, உளப்பகுப்பு உள மருத்துவத்தில் தன்வரலாற்று உளப்பகுப்பாய்வே ஆதாரமாக உள்ளது. இந்தத் தன்வரலாற்று உளப்பகுப்பாய்வு ஃப்ராய்டிடம் தொடங்கிப் பலர் இதில் ஈடுபட்டிருப்பதை உளப்பகுப்பாய்வு வரலாற்றில் ஆங்காங்கே காண முடிகிறது.

பொதுவில், தன்வரலாறு என்பது ஒரு கதையாடல் என்பதால் இதை ஒரு நாவல் போல அணுகுவதில் தவறில்லை. இந்த வரலாற்று வரைவில் (histriography) நாவல் அம்சங்கள் இருக்கின்றன. அதனால், நாவல் உளப்பகுப்பாய்வு போன்று தன்வரலாற்று உளப்பகுப்பாய்வை மேற்கொள்ள முடியும். சிலர் தன்வரலாற்று நாவல் படைத்திருப்பதைக் காணலாம். கண்ணதாசனின் வனவாசம் அப்படிப்பட்டது. இதில், இன்னொருவன் கதைப் போலத் தன்வரலாறு உள்ளது. அதாவது, தன்மைக்கு (நான்) மாற்றாக முன்னிலை (அவன்) இடம் பெற்றுள்ளது. கண்ணதாசன் ஒரு கதைசொல்லி போல வருவார்.

ஆங்கிலத்தில் சில தன்வரலாற்று நாவல்கள் உள்ளன. சகுணா (Saguna) என்பது ஆங்கிலத்தின் முதல் தன்வரலாற்று நாவல் (1895) ஆகும். இதை எழுதியதியர் கிருபாபாய் எனும் இந்தியப் பெண் எழுத்தாளர். தமிழில் பாரதியார் எழுதிய ‘சின்னச் சங்கரன் கதை’ தன்வரலாற்றுக் கதையாகும். இவற்றுடன் ‘பாரதி அறுபத்தாறு’ எனும் கவிதையும் அடக்கம். தன்வரலாற்றுக் கவிதைக்கும் (கனவு) பாரதியாரே தொடக்கம். தன்வரலாற்றுக் கதை வடிவில் எம்.வி. வெங்கட்ராமின் ‘காதுகள்’ பாமாவின் ‘கருக்கு’ ரேவதியின் ‘வெள்ளை எழுத்து’ ஆகியவை உள்ளன.

இவை ஒருபுறம் இருக்க, கலை, இலக்கிய உளப் பகுப்பாய்வாளர்கள் சிலர் படைப்பாளிகளை ஆய்வுக்கு உட்படுத்தும்போது அவர்களின் வரலாற்றைத் துணைக்குக் கொள்வர். இதை ஃப்ராய்டிடமே காண முடிகிறது. லியோனார்ட் டாவின்சி ஓவியத்தை அவர் பகுப்பாய்வு செய்யும்போது, டாவின்சியின் வாழ்க்கை வரலாற்றிலிருந்து சில ஆதாரங்களைச் சுட்டிக் காட்டுகின்றார். இதேபோல், ஜெர்மானியக் கவிஞர் கதே

படைப்புகளை ஆய்வு செய்யும்போது அவரின் தன்வரலாற்றைத் துணைக்குக் கொள்கிறார். இதன்மூலம், உளப்பகுப்பாய்வு புரிதலுக்குப் படைப்பாளியின் வரலாற்றுக் குறிப்புகள் வலு சேர்க்கின்றன என்பதில் ஐயமில்லை. இதை ஜென்சன் எழுதிய 'கிராடிவா' நாவலை ஃப்ராய்ட் பகுப்பாய்வு செய்யும்போது முழுமையாகத் தெரியவந்தது.

ஒருமுறை இந்த நாவலை ஃப்ராய்டிடம் யூங் கொடுத்து உளப்பகுப்பாய்வு செய்யுமாறு கேட்டுக்கொண்டார். அதைச் செய்து முடித்தார் ஃப்ராய்ட். அதில் வரும் ஒரு பெண் பாத்திரம் படைப்பாளியின் பிள்ளைப் பருவத்துக் காதலி என விளக்கினார் ஃப்ராய்ட். இந்த ஆய்வு ஜென்சனுக்கு அனுப்பப்பட்டது. இதைப் படித்த ஜென்சன், உண்மை என்று ஏற்றுக் கொண்டார். இந்த ரகசியத்தை ஃப்ராய்ட் எடுத்துக்காட்டிய பிறகுதான் ஜென்சனுக்கே தெரியவந்தது. இதன்படி, உளப்பகுப்பாய்வு என்பது துப்பறிவாய்வு போன்று விளங்கி வருகிறது. இதற்கான துப்புகள் தன்வரலாற்றுள் இருக்கும் என்பதில் ஐயமில்லை. எனவே, உளப்பகுப்பாய்வுக்குத் தன்வரலாறு கூடுதல் ஆதாரம். தன்வரலாறு இன்றியும் செய்யலாம். இதில், உளப்பகுப்பாய்வுத் தர்க்கம் இருந்தால் போதும். இப்படித்தான் பெரும்பாலான உளப்பகுப்புத் திறனாய்வுகள் நடந்து வருகின்றன.

பொதுவில், இலக்கியப் படைப்புகள் யாவும் ஒருவிதத்தில் தன்வரலாறு போன்றது. பாத்திரங்கள் கதைக் களங்கள் வேறாக இருந்தாலும் அவற்றின் உள்ளடக்கம் தன்வரலாற்றுடன் தொடர்புடையதே ஆகும். கதாப் பாத்திரங்கள் படைப்பாளியின் உணர்வெழுச்சிகளின் ஆளுருவாக்கங்கள் (personification) ஆகும். ஆளுருவாக்கம் என்பது ஓர் உணர்வு அல்லது படிமத்துக்கான ஆள் உருவைக் குறிக்கும். நாம் காணும் கனவில் நாம் வருகிறோம். இந்த உருத் தோற்றம் நமது ஈகோவின் ஆளுருவாகும்.

சமூகத்தில் உள்ள பதவிகள் நிலைகள் எல்லாவற்றிலும் ஆள் இருப்பதைக் காணலாம். அந்த ஆளின் பின்னணியில் ஒரு கருத்துரு உள்ளது. போலிஸ் என்பவர் மனச்சாட்சியின் ஆளுரு. அமைச்சர் என்பவர் அதிகாரத்தின் ஆளுரு. கடவுள் கூட இறைநிலையின் ஆளுரு. இவை அனைத்துக்கும் மூலாதாரமாக இருப்பது மேற்சொன்ன கனவு ஆளுருவாகும். இதன்படி, கனவு

போலிருக்கின்ற இலக்கியங்களின் பாத்திரங்கள் படைப்பாளி உள்ளத்து உணர்வெழுச்சிகளின் ஆளுருவாக்கங்கள் ஆகும். தன்வரலாற்றில் ஆட்கள் நேரடியாக வர, புனைவில் பிற நபராக வெளிப்படுவதைக் காணலாம். அதாவது, தன்வரலாற்று நாவலில் தந்தை நேரடியாக வருவார். புனைவில் புனைவடமிட்ட வேறொரு பாத்திரமாக வருவார். ‘தான்’ கூட ஆளுருவாக்கத்துக்கு உட்பட்டே வரும். இது உளவியல்பு.

கனவால் நனவு பெறுகின்ற பாடங்கள் பல. அவற்றுள் மேற்சொன்ன ஆளுருவாக்கம் ஒன்று. ஃப்ராய்டியம்படி, கனவு வெளிப்பாடு கூடத் தன்வரலாறாகும். ஆனால், இதன் மொழியைப் புரிந்துகொள்ள முடியாது. காரணம், இது நனவிலி சரிதையாகும். நனவிலியில் இருப்பவை யாவும் குழந்தைப் பருவ எண்ணங்கள் என்பதால், கனவும் கனவுக்கு நிகரான புனைவுக்கும் குழந்தைப் பருவத்துத் தன்வரலாறு ஆதாரம் என்பதில் ஐயமில்லை. அதனால்தான், கனவுப் பகுப்பாய்வுக்கும் இலக்கியப் பகுப்பாய்வுக்கும் வாழ்க்கைப் பின்னணி வேண்டப்படுகின்றது. நமது நனவிலி எப்படிப்பட்டது என்பதை கனவில் தெரியவரும். நமது குழந்தைப் பருவம் எப்படிப்பட்டது என்பதை நனவிலியை அறியத் தெரியும். இதற்கான ஒரே வழி உளப்பகுப்பாய்வு. இது, கனவின் பிம்ப மொழியை இலக்கியம் போல் ஆராய்கிறது. தொல்படிவங்கள்போல் அகழ்வாய்வு செய்கின்றது. உளப்பகுப்பாய்வு ஒரு விதத்தில் அகழ்வாய்வு போன்றது *(Quinodoz, 260)*.

தன்வரலாறு என்பது ஒருவிதத்தில் தானி-கதையாடல் *(auto-narrative)* போன்றது. காரணம், தன்வரலாறு எழுதத் தொடங்கும்போது நிகழ்வுகளும் அவற்றுக்கான சொற்களும் தானாக வெளிப்படும். நிகழ்வுகளை உருவாக்க உள்ளம் மெனக்கெடத் தேவையில்லை. பழைய பதிவுகளைக் கோர்வையாக மொழிந்தால் போதுமானது. இதில் புனைவுக்கு வாய்ப்பில்லை. எண்ணப் பதிவுகளை மொழியாக்குகின்ற நோக்கமே மேலோங்கியுள்ளது. எனவேதான், இது தடையில் இயைபுக்கு நிகராகவைத்து ஆராய வேண்டியுள்ளது.

உறக்கத்தில் நாம் கண்ட கனவை விழிப்பு நிலையில் மொழியாக்குகின்றபோது இதேதான் நிகழ்கின்றது. அந்தக்

கனவுப் பனுவலுக்கு (dream text) நிகராக தன்வரலாற்றுப் பனுவலும் உள்ளது. இப்படிப்பட்ட பனுவலைத்தான் பாரதியார் ‘கனவு’ கவிதையில் செய்திருக்கிறார். அவரின் முதல் வரியே கனவில் தொடங்குகிறது. இந்தக் கவிதையானது ‘தன்வரலாற்று’ உளப்பகுப்பாய்வு, ‘கவிதை’ உளப்பகுப்பாய்வு, ‘கனவு’ உளப்பகுப்பாய்வு ஆகிய மூன்றுக்கும் இடம் கொடுக்கிறது. எனவே, இந்த ஆய்வு இடைப்பனுவல் பகுப்பாய்வாக விளங்குவதைக் காணலாம்.

III

முதலில் தன்வரலாற்று உளப்பகுப்பாய்வு பற்றிய சில நுணுக்கங்களைக் காண்போம். இது உளப்பகுப்பாய்வுக்கு அடிப்படை. ஒரு நோய்க்குறிக்குப் பின்புலமாக இருப்பது நனவிலி. அதற்குப் பின்புலமாக இருப்பது குழந்தைப் பருவம். ஒரு மனிதனின் ஒட்டுமொத்த வாழ்க்கையைத் தீர்மானிப்பது குழந்தைப் பருவம். அதை அறிய ஒருவரின் (நோயாளியின்) தன்வரலாற்றைத் தெரிந்துகொள்ள வேண்டியுள்ளது. சில படைப்பாளிகள் நனவிலி உறுத்தலின் காரணமாகத் தன்வரலாற்று நாவலை அல்லது கவிதையைப் புனைந்துவிடுவர். அந்தப் புனைவில் மறைந்து கிடக்கின்ற நனவிலி பாதிப்புகளை அல்லது வேட்கைகளை உளப்பகுப்பாய்வு மூலம் வெளிக்கொண்டு வர முடியும். அதற்கான அணுகுமுறையை நமக்கு வழங்கியவர் ஃப்ராய்ட். இந்த உளப்பகுப்பாய்வு அணுகுமுறைப்படி பாரதியாரின் சுயசரிதையை ஆராயலாம்.

பொதுவாக, சுயசரிதை என்பது பிறப்பு முதல் கால வரிசைப்படி எழுதப்படுவது மரபு. இது வரலாற்று வரைவியல் அடிப்படை. கால வரிசையில் வாழ்க்கை நிகழ்வுகளைப் பதிவீடு செய்கின்ற வரலாற்றை பாரதியார் உருவாக்கவில்லை. மிகவும் பாதித்த ஒரு பகுதியை மட்டும் கூறியிருக்கின்றார். ஒருவர் பற்றி வரலாறு எழுதும்போது தேர்ந்தெடுத்த நிகழ்வுகளை மட்டும் கோர்த்துவிடுவோம். இது இயல்பு. ஆக்குவோர் மனநிலைக்கேற்ப இந்தக் கோர்வை வேறுபடும். எல்லா அனுபவங்களும் தன்வரலாற்றில் வராது. வலுவான நேர்மறை மற்றும் எதிர்மறை அனுபங்களே மொழிதலில் வரும். அதனால்தான், வரலாறு ஒரு கலை என்றாகிறது.

தடையில் இயைபு மொழிதலில் காலவரிசை இருக்கும் என்று சொல்ல முடியாது. மிகவும் பாதிப்பிற்குள்ளான பகுதிகள் முதலில் அல்லது உறக்கத்தில் வெளிப்படும். அது தொடர்பான ஏனைய அனுபவங்கள் அடுத்தடுத்து வெளிப்படும். அதனால், அப்படிக் காலவரிசையற்ற நிலையில் வெளிப்பட்டாலும் அவற்றுள் இயைபு (association) இருக்கும். இதில் உள்ள ஏற்ற, இறக்கங்களைப் பகுப்பாய்வு செய்வதால், நோய்க்குறி தொடர்பான நனவிலியின் நிலைப்பாடுகளைப் புரிந்துகொள்ள முடியும். இப்படியான புரிதலைத்தான் ஃப்ராய்ட் நமக்கு வழங்குகிறார். இந்தப் பார்வைப்படி, 'கனவு' கவிதை வழியாகப் பிள்ளைப் பருவத்தில் ஏற்பட்ட அரும்புக் காதலை மட்டும் பாரதியார் பதிவிடுகின்றார்.

அப்படி இதைப் படைத்ததற்குக் காரணமென்ன என்பதை உளப்பகுப்பாய்வு வழியில் விடை காண வேண்டியுள்ளது. அதிக பாதிப்புக்கு உள்ளான குழந்தைப் பருவ அனுபவப் பொதிகளே எதிர்காலத்தில் வலிமையாகவும் அடிக்கடியும் வெளிப்படும் என்கிறது ஃப்ராய்டியம். இவை நிரந்தரமாக விளைவுகளை ஏற்படுத்திய வண்ணம் இருக்கும். இதற்குப் பாதிப்பும் தேக்கமும் காரணம். பாதிப்பு (affect) என்பது துன்பகரமான அனுபவத்தின் விளைவு. தேக்கம் (fixation) இன்பகரமான அனுபவத்தின் விளைவு. இவை தனித்தனியாகவும் ஒன்றாகவும் செயல்பாட்டுக்கு வரும்.

இந்தப் பார்வைப்படி, பாரதியாரின் குழந்தைப் பருவத்தில் மிகவும் பாதித்த ஒன்று பிள்ளைப் பருவக் காதல். அதன் வெளிப்பாடு இந்தக் கனவுக் கவிதை. இது பாரதியாரின் ஒட்டுமொத்த வாழ்வின் சாரம் என உளப்பகுப்பாய்வு நோக்கில் புரிந்து கொள்ளலாம். இந்தக் காதலுக்குப் பின்னணியாக இருக்கின்ற உளநிலையை அறிய பாரதியாரை உளப்பகுப்பாய்வு செய்ய வேண்டியுள்ளது.

காதலைப் பற்றி தத்துவஞானிகள் கவிஞர்கள் பலர் பலவிதமாகக் கூறியுள்ளனர் அவையனைத்தையும் பித்துத்தன்மை - தெய்வீகம் ஆகிய இரண்டு முனையங்களுள் அடக்கிவிடலாம். காதல் உணர்ச்சி இல்லாத மனிதன் கிடையாது. காதலை வெறுப்பவர்களிடமும் காதலுணர்ச்சி பொதிந்துகிடக்கிறது

என்பதுதான் உண்மை. அனைவரிடமும் காதலுணர்ச்சி இருந்தாலும், அதற்குரிய காரணத்தை எவராலும் அறிய முடியாது. இதுதான் காதலின் சிறப்பாகும். ஆனால், ஒரு கூற்று பொதுவாகக் கருதப்படுகின்றது: 'காதல் ஒரு நோய்'.

ஞாயிறு காயும் வெவ்வறை மருங்கல்
கையில் ஊமன் கண்ணில் காக்கும்
வெண்ணெய் உணங்கல் போலப்
பரந்தன்று இந்நோய் நோன்று கொளர்கரிதே (குறுந். 58)

அதாவது, கையில்லாத ஊமன், பாறையில் வைத்த வெண்ணெய் உருகுவதைப் பார்த்துத் தவிப்பதுபோல், காதல் நோயாளி தவிப்பதாக வெள்ளிவீதியார் சித்தரிக்கின்றார்.

இது ஒருபக்கம் இருக்க, 'காதலுணர்ச்சி தேவையற்றது. இனவிருத்திக்குக் காமமே போதுமானது' என்பர் மானுடவியலர். சமூகத்தின் தேவையினால் வடிவம் பெற்றதே காதல் என்பர் சமூகவியலர். உடலியல் சுரப்பிகளின் அட்டகாசமே காதல் என்பர் உடலியலர். தற்காப்புணர்ச்சி உந்துதலின் விழைவே காதல் என்கிறது உயிரியல். இப்படித் துறை ரீதியாக காரணங்கள் கற்பித்து வந்தாலும் மனித இனத்தில் காதல் உணர்வே மேலோங்கியுள்ளது. உலக இலக்கியங்களில் புறத்திணையைவிட அகத்திணைப் புனைவுகளே மிகுதி. 'கண்டதும் காதல்' இதில் சமூக மற்றும் உடலியல் காரணங்களைவிட, உளக்காரணிகளே அதிகம் என்பதை மறுக்கமுடியாது. காரணம், காதல் என்பது அகச்சார்புடையது. அதனால், உளவியல் விளக்கங்களே காதலைப் புரிந்துகொள்ள வகை செய்யும்.

மனிதனிடத்தில் இருவகை வாழ்க்கை முறைகள் உள்ளன. ஒன்று, வெளியுலக வாழ்க்கை (புறத்திணை); மற்றொன்று உள்ளுலக வாழ்க்கை (அகத்திணை). இவற்றில் அகத்திணை உளவாழ்வைக் குறிக்கும். இதில்தான் உள்ளம் முதன்மை கொள்ளும். உணர்வுகள், உணர்வெழுச்சிகள், எண்ணங்கள், உளச் சிக்கல்கள், உளப் பாதிப்புகள் எல்லாம் இதில் அடங்கும். இவற்றில் பல இரகசியங்களாக இருப்பவை என்றாலும் நடத்தைகளைக் கொண்டு ஊகிக்க முடியும். உளப்பகுப்பாய்வு மூலம் அறிந்துகொள்ள முடியும். அதனால், இந்த இரகசியங்களே உளப்பகுப்பாய்வின் ஆய்வுக்களம்.

சுய நனவிலி ரகசியங்களை சுய நனவினால் கூட அறிந்துகொள்ள முடியாது. இதுதான் உள்ளத்தின் சிறப்பு. நனவுக்கு எட்டாத நனவிலி ஆகும். உள்ளத்தில் நனவிலிப் பகுதி பெரும் பரப்புடையது. கடலின் மேல்மட்டத்தில் தெரியும் பனிப்பாறை அளவு நனவு என்றால், அதனில் பரந்து விரிந்து கிடக்கும் பனிமலை நனவிலி ஆகும். அதனால், மனித மனம் ரகசியங்கள் நிறைந்தது. எனவே, உளவாழ்வு என்பது பெரும்பாலும் இரகசிய வாழ்வாகவே உள்ளது.

உடற் புணர்ச்சியில் இருவர் ஈடுபடுகின்றனர். ஆனால், அங்கே நால்வர் பங்குகொள்கின்றனர் என்பார் ஃப்ராய்ட் (Freud, 19.33). மற்ற இருவர் இரகசிய நிலையில் பங்கு கொள்கின்றனர் என்று பொருள். எனில், காதல் பற்றிச் சொல்லவே வேண்டாம். இது முழுமைக்கும் இரகசியத்தாலானது. காதல் ஒருவரை ஏன் பிடித்திருக்கின்றது எனத் தெரியாமலேயே காதலில் விழுவதை அனுபவ ரீதியாக உணரலாம்.

இந்த வயதில்தான் காதல்வரும் என்று சொல்ல முடியாது. காரணம், காதல் உணர்வு உடல் சார்ந்ததல்ல. உள்ளம் (உணர்வு) சார்ந்தது. இனக் கவர்ச்சிதான் உடல் சார்ந்தது. இதற்கும் வயது கிடையாது. ஆனால், இதைக் காதல் என்று தவறாகப் புரிந்துகொண்டு தடம் மாறுவோர் உள்ளனர். ஒருவேளை, இது உள்ளத்தை நிறைவு செய்தால் காதலாகப் பரிணமிக்கும். அதுவும் இந்த நிறைவு இருவரிடமும் ஒருசேர நடக்க வேண்டும். இப்படி நடக்க வாய்ப்புக் குறைவு. அப்படி நடந்தால் சிறப்பு. இனக் கவர்ச்சிக்குப் பிறகான உளக் கவர்ச்சி தனி ஆய்வுக்குரியது. இங்கே, உள்ளப் புணர்ச்சிக் காதல் குறித்து மட்டும் பார்ப்போம்.

காதலில் ஒருதலை, இருதலைக் காதல் நிலைகள் உள்ளன. உள்ளத்து ஒன்றிப்பு இல்லாத நிலை ஒருதலைக் காதலைக் குறிக்கும். அந்த ஒன்றிப்பு அமையப் பெறுமானால் இருதலைக் காதல் மனக்கூடும். பாரதியாரின் காதல் எந்த நிலை என்பதை அறுதியிட்டுச் சொல்ல முடியவில்லை.

வேட்கை ஒருதலை உள்ளுதல் மெலிதல்
ஆக்கஞ் செப்பல் நாணுவரை இறத்தல்
நோக்குவ எல்லாம் அவையே போறல்
மறத்தல் மயக்கஞ் சாக்காடு என்றிச்

சிறப்புடை மரபினவை களவென மொழிப (தொல்.1046)

இந்தத் தொல்காப்பியத்தின் சுருக்கமே பாரதியாரின் 'காதல் போயின் சாதல்' ஆகும். எனில், அவரின் காதல் ஒருதலைக் காதலாகவோ அல்லது காதல் ஈடேறாத நிலையிலோ இருந்திருக்க வேண்டும். எப்படியென்றாலும், அவரின் காதல் உண்மையானது. இனக் கவர்ச்சியால் ஏற்பட்ட காதலாகவும் கொள்ளலாம். அந்தப் பெண் பக்கம் இந்தப் பரிணாமம் நடந்திருக்குமா என்று சொல்ல முடியாது. காரணம், அந்தச் சிறுமிக்கு வயது ஒன்பது. பாரதியாருக்கு வயது பத்து.

பாரதியாரின் உள வாழ்வு மிகவும் சோகமானது. ஐந்து வயதில் தாயை இழந்தவர். தந்தை மிகவும் கண்டிப்பானவர். அவரும் மரணித்துவிட்டார். பிடிக்காத படிப்பு. காதல் ஈடேறாமை. விருப்பமற்ற மண வாழ்க்கை. இந்தச் சோகங்கள் சுமந்த மனம், 'எத்தனைக் கோடி இன்பம் வைத்தாய்' என்று பாடுகின்றார். இந்த வரி அவரின் சோகத்தை மறைப்பதற்கான சிரிப்பு முகமூடி போன்றது.

ஃப்ராய்ட் கூற்றுப்படி, ஒருவரின் உள வாழ்வு சுமார் ஐந்து ஆறு வயதிலேயே தீர்மானிக்கப்பட்டுவிடுகின்றது. அதனால், பாரதியாரின் காதல் வாழ்வை (நனவிலி வாழ்வு) ஃப்ராய்டியப் பார்வையில் அணுகுவது சாலப் பொருத்தம். இனி, காதல் குறித்த பகுப்பாய்வுக்கு வருவோம்.

உளப்பகுப்பாய்வு நோக்கில், காதல் என்பது குழந்தைப் பருவத்திலேயே தோன்றிவிடுகின்றது. ஆனால், இது பருவமடைவுக் காதல் போன்ற முதிர்ச்சியானதல்ல. இதற்கெனத் தனித்த உளப் பாங்குகள் இருக்கின்றன. காதல் என்றால் பாலுணர்வு இருக்கும். இங்கே, குழந்தைக்குக் காதல் வருமென்றால் அந்தப் பிஞ்சு மனத்தில் காமம் இருக்குமா என்கிற கேள்வி எழும். இதைப் புரிந்துகொள்ள ஃப்ராய்டின் குழந்தைப் பாலுமை (infantile sexuality) பற்றித் தெரிந்துகொள்ள வேண்டியுள்ளது.

பொதுப்புத்தியில் கருதுவதுபோல், பாலுணர்வு என்பது பதின்பருவத்தில் தோன்றுவது கிடையாது. பிறப்போடு பிறப்பாக இந்தக் காம உணர்வும் தோன்றிவிடுகின்றது.

ஆனால், இது படிமலர்ச்சி அடைந்து பதின்பருவத்தில் முழுமை அடைகின்றது. உடல் வளர்ச்சி போன்று உள்ள வளர்ச்சியும் பாலியல் வளர்ச்சியும் இருக்கின்றன. இதில் உளப்பாலியல் வளர்ச்சியை ஃப்ராய்ட் ஆராய்கிறார்.

மனிதப் பாலியலை அவர் உளப்பாலியல் (psychosexual) உடற்பாலியல் (physiosexual) என இரண்டாகப் பார்க்கிறார். இவற்றில் உளப்பாலியல் முதன்மையானது. குழந்தைப் பருவத்தில் இருந்தே இயங்குவது. உடற்பாலியல் என்பது பால்குறி சார்ந்த பாலியலைக் குறிக்கும். இது, பதின்பருவத்தில் முழுமையாகச் செயல்பாட்டுக்கு வரும். இருப்பினும், இந்த உடற்பாலியலைத் தீர்மானிக்கின்ற இடத்தில் உளப்பாலியல் உள்ளது என்கிறது ஃப்ராய்டியம். அதனால்தான், காதலில் அன்பு சிறப்பிடம் வகிக்கிறது. இந்த அன்பானது பாலியல் தொடர்புடையது. சுருங்கச்சொல்லின் மனிதரிடம் முழுமையான உடற்பாலியலுக்கு வாய்ப்பு இல்லை. தொல்காப்பியர் கூறுவதுபோல், மனம்தான் மனித வாழ்வின் ஆதாரம்.

உடற் பாலியலானது பதின்பருவத்தில் தோன்றுகிறது என்றால், உளப் பாலியலானது குழந்தைப் பருவத்திலிருந்தே செயல்பாட்டுக்கு வந்துவிடுகின்றது. ஆனால், இது முழுமையான பாலியல் கிடையாது. அதற்கு வாய்ப்பு இல்லை. படிப்படியாக உடல் முதிர்ச்சி அடைவதுபோல் உள்ளமும் அதோடு இணைந்த பாலியலும் முதிர்ச்சியடைகின்றன. இது, அனைத்து உயிரினங்களுக்கும் பொது என்றாலும் மனிதருள் 'அமுக்கம்' என்கிற உளச் செயல் மனிதப் பாலியலைத் தனித்துவமாக்கிவிடுகின்றது. இது ஃப்ராய்ட் கண்ட உள மெய்ம்மை.

பொதுவில் நனவிலி மனம் விலங்குகளுக்கும் உண்டு. அது மறதி வகையில் உருவாவதாகும். மாறாக, மனித நனவிலியானது மறதிக்கும் அப்பால் அமுக்கத்தாலும் ஏற்படுவது. இது உளப் பிளவு நிலையில் உருவாகின்றது. குறிப்பாக, பாலியல் விருப்பங்கள் மீதான அமுக்கத்தின் விளைவாக நனவிலியின் தோற்றம் உள்ளது. இதற்கு சூபர் ஈகோ அடிப்படைக் காரணம். இதைப் புரிந்துகொள்ள ஃப்ராய்டின் குழந்தைப் பாலியல்

கட்டங்களைக் காண வேண்டியுள்ளது. இந்தக் கட்டங்கள் 'உளப் பாலியல் படிமலர்ச்சி' என்றும் சுட்டப்படுகின்றன.

ஃப்ராய்ட் கண்ட முடிபுப்படி, உளப்பாலியல் வளர்ச்சியில் ஐந்து கட்டங்கள் உள்ளன. இவற்றில் முதல் மூன்று பருவங்கள் முதன்மையானவை. அதாவது, வாய், குதம், பாலுறுப்பு சார்ந்த எண்ணங்கள் உணர்வுபூர்வமானவை. காரணம், உள்ளத்தின் வாசல்களான ஒன்பது மெய்த்துளைகளில் மேல்சொன்ன மூன்றுதான் மெய்யின் மையத்தில் உள்ளன. அதனால், இவை பிறப்பிலிருந்தே உணர்வெழுச்சிமிக்கதாக விளங்குகின்றன. இவற்றின் மூலமான அனுபவங்கள் லிபிடோ சார்பில் அமைய இதுவே காரணம். இதை எப்படியோ ஃப்ராய்ட் உணர்ந்துள்ளார்.

முதல் வயது வாய்ப் பருவம் (oral stage) ஆகும். ஒரு வயது முடியும் வரை குழந்தையின் செயற்பாடுகளில் வாய் உறுப்பு முதன்மையாக உள்ளது. அதனால், வாய்வழியாகத்தான் இன்பத்தையும் நுகர முடிகிறது. அப்படிப்பட்ட நிலையில் தாய்ப் பால் மாந்துகின்றபோது இன்பம் காண விழைகிறது. பாலை மாந்தும் செயல்வழியில் இன்பத்தை அனுபவிக்கின்றது. இங்கே, பசி என்கிற உணர்வு பாலுணர்வுடன் கலந்துவிடுகின்றது. இது பாலியல் இன்பத்தின் தொடக்க நிலை. முதிர்ச்சியற்ற இன்பத் துய்ப்பு. அதனால்தான், பால்மாந்தியவுடன் ஒருவித இன்ப மயக்கத்தில் குழந்தை உறங்கிவிடுகிறது.

இதனைத் தொடர்ந்து குதப் பருவம் (anal stage) வருகிறது. இது இரண்டாம் வயதில் அமைகிறது. இந்தக் கட்டத்தில் ஆசனவாய் முதன்மை உறுப்பாகிறது. மலத்தை வெளிப்படுத்துவதிலும் அடக்குவதிலும் ஒருவித இன்பத்தைக் குழந்தை அனுபவிக்கின்றது. மலத்தின் மீது கவனம் கொள்கிறது. அதில் கை வைத்து விளையாடுகின்றது. ஒருவித இன்பத்தை உணர்கிறது.

அடுத்து வருவது, லிங்கக் கட்டம் (phallic stage) ஆகும். ஃப்ராய்டியம்படி, இது முக்கியமான கட்டம். சுமார் மூன்று முதல் ஐந்து வயது வரை அமைந்துள்ளது. இந்தக் கட்டம் உளப் பாலியல் வாழ்வில் ஒரு திருப்புமுனை. காரணம், இங்கேதான் தனது உடற்பாலியல் அடையாளத்தைக் குழந்தை அறிய வருகிறது. தன்னால் நிற்க, நடக்க, ஓட முழுமையாக முடியும் என்பதை அறிந்து, உடல் மீதான கவனம் வருகிறது. தன்னுடலுறுப்புகளை

அறியத் தொடங்குகிறது. இந்த வேளையில், பிறரின் உடலியல் கவனம் வர, ஒப்பீடு செய்கிறது. குறிப்பாக, இணையான குழந்தைகளுடன் ஒப்பீடு செய்கின்றது.

ஆண், பெண் என்கிற உடல்பாகுபாடு அறியாத இந்தக் கட்டத்தில் அனைவரும் ஒன்றே எனத் தவறாகக் கற்பிதம் செய்து கொள்வதால் சுய அடையாளம் கேள்விக் குறியாகிறது. ஆண்குறி இருப்பு/ இன்மை உணர வந்த பிறகு அதிர்ச்சிக்கு உள்ளாகிறது. இந்த உறுப்பு, சிலரிடம் இருக்கவும் சிலரிடம் இல்லாதிருக்கவும் கண்டு ஆண்குறியை மனத்துள் பதிவேற்றம் செய்து கொள்கிறது. அந்த உளப் பிம்பத்தை லிங்கம் என்பார் ஃப்ராய்ட் (Laplanche, 312). அதனால்தான், இந்தப் பருவத்துக்கு லிங்கக் கட்டம் எனப் பெயரிடுவார்.

இந்த லிங்கத்தின் இருப்பு/ இன்மை கொண்டு தன்னை ஆண் என்றோ பெண் என்றோ அறிந்தேற்க ஒவ்வொரு குழந்தையும் வந்துவிடுகின்றது. பால்குறி இடத்தில் தொட்டுப் பார்த்து உறுதிப்படுத்திக்கொள்கிறது. அதன்பிறகு, நடக்கின்ற ஒரு நாடகம் முக்கியமானது. அதாவது, ஆண் குழந்தை தாய் மீதும் பெண் குழந்தை தந்தை மீதும் பற்று வைத்துக் கொள்கிறது. இந்தப் பற்றுக்குப் பின்புலமாகப் பாலியல் வேறுபாடு உள்ளது. அதனால், எதிர்ப்பாலினக் காதல் மலர்கிறது. இது பாசம் கலந்த உளப்பால்நிலை ஆகும்.

உளப்பூர்வமான இந்தப் பிணைப்பின் இடையே எதிர்பாராத விதமாகக் குறுக்கீடு ஒன்று நடக்கின்றது. அதாவது, தாய் மீதான ஆண் குழந்தைப் பற்றுறவின் இடையே தந்தையும் தந்தை மீதான பெண் குழந்தைப் பற்றுறவின் இடையே தாயும் உளரீதியாகவே குறுக்கீடு செய்கின்றனர். இதனால், அந்தத் தாயை அல்லது தந்தையை முழுமையாக உரிமை கொள்ள முடியாமல் குழந்தை அகத்துள் தவிக்கின்றது. வேறு வழியின்றி அந்தக் காதல் மீது அமுக்கத்தை ஏற்படுத்திக் கொள்கிறது. இந்த அமுக்கத்துக்குத் தொடக்கத்தில் இயலாமை ஒரு காரணம். என்றாலும், அடுத்தக் கட்டத்தில் பண்பாட்டுக் கருத்துருவாக்கங்கள் அமுக்கத்துக்கு அடிப்படையாகின்றன.

சுமார் மூன்று முதல் ஆறு வயதில் சமூகக் கருத்துகளைக் குழந்தை அகத்தேற்றம் செய்து கொள்ள வருகிறது. இந்தக்

கட்டத்தில்தான், குழந்தையானது சமூகத்தில் அடியெடுத்து வைக்கிறது. குடும்பச் சூழலில் ஒழுக்கங்களைக் கற்றுக் கொள்கிறது. அகத்தேற்றம் செய்து கொள்கின்ற கருத்துருக்கள் பண்பாட்டுக் கூறுகள் என்று குழந்தை அறியாது. ஆனால், அவை தம்மை நெறிப்படுத்துகின்ற அதிகாரம் கொண்டவை என்பதை உணர்கிறது. அந்த அதிகாரக் கூறுகள் 'சூபர் ஈகோ' எனும் செயலியாக உள்ளத்தில் அமைந்துவிடுகின்றன. இந்த சூபர் ஈகோ குழந்தையின் ஈகோ மீது கட்டளையிடுகின்றது. மீறினால் குற்றம் என்கிறது. அதற்குத் தண்டனை கூறுகிறது. அதனால், அச்சத்துடனே சூபர் ஈகோவுடன் ஈகோ உறவு கொள்கின்றது.

இதில் பழகிப்போன குழந்தை ஈகோ பெற்றோர் மீது காதல் உணர்வுகளை வெளிப்படுத்த முடியாமல் போகிறது. அப்படி நினைக்கவும் கூடாதென ஈகோவை சூபர் ஈகோ நெருக்குகின்றது. அதனால், பெற்றோர் மீதான விருப்பம் அமுக்கத்திற்கு உள்ளாகின்றது. இந்த அமுக்கம் அகத்துக்குள்ளேயே நடக்கின்றது. விளைவு, ஈகோ பிளவாக, நனவிலி உருவாகின்றது. இதுதான் குழந்தை சந்திக்கின்ற முதல் அமுக்கம் ஆகும். இதுதான் ஈகோவைப் பிளவுபடுத்துகின்றது. இந்த உளப் பிளவுக்கு அமுக்கம் முழுமுதல் காரணி என்பதால் இதை உளப்பகுப்பாய்வின் மையம் என்கிறார் ஃப்ராய்ட்.

நனவிலி உருவான பிறகு, அமுக்கப்பட்ட 'பெற்றோர் மீதான காதல்' உணர்வுகள் நனவிலியில் அடங்கிவிடுகின்றன. தனது இயல்பில் வெளிப்பட வழி இல்லாத நிலையில், அந்தத் துடிப்புகள் அடுத்தடுத்த அமுக்கத்துக்கு ஆளாக நேரிடுகின்றது. அழுத்தம் கூடக்கூட நாளடைவில், உளச் சிக்கலாக *(complex)* உருவெடுக்கின்றது. இதைதான் ஃப்ராய்ட் இடிபஸ் சிக்கல் *(oedipus complex)* என்கிறார் ஃப்ராய்ட். இந்தச் சிக்கல் அகிலத்துக்கும் பொதுவானது என்றும் கூறுகிறார். காரணம், மனித இனம் முழுவதும் குழந்தை வளர்ப்பு ஒரே தன்மையிலானதே ஆகும். அடிமரம் போல் ஒரே மாதிரி இருக்கும். அடுத்த நிலைகளில் கிளைகளாக கால, இட, சூழலுக்கு ஏற்ப கிளைகள் பிரிந்து காணப்படும். இந்த அடிமரமான குழந்தைப் பாலியல் வாழ்வே உளப்பகுப்பாய்வுக்கு ஆதாரம். அதனால்தான், இடிபஸ் சிக்கலை அகிலச் சிக்கல் என்கிறார் ஃப்ராய்ட் *(Quinodoz, 63)*.

தொன்மக் கதைப்படி, கிரேக்க நிலத்து சிற்றரசன் போன்ற தீப்ஸ் நாட்டு அரசன் லாயஸ். மனைவி ஜோகாஸ்டா. இவர்களுக்கு ஓர் ஆண் குழந்தை பிறக்கின்றது. குழந்தைக்கு ஆருடம் சொல்லக் கேட்பது அங்கே மரபு. இதன்படி, 'இந்தப் பிள்ளை தனது தந்தையைக் கொன்று தாயை மணப்பார்' என கணியர் எச்சரிக்கிறார். அதைக் கேட்ட அரசன், இந்தக் குழந்தையை வெளியே எங்காவது விட்டுவிட்டு வருமாறு சேவகர்களிடம் கொடுக்கிறார். கட்டளைப்படி, நாட்டுக்கு வெளியே ஒரு காட்டில் அந்தக் குழந்தையை வைத்துவிடுகின்றனர். அப்போது, அந்தக் குழந்தையை ஒரு மேய்ப்பன் காண்கிறார். தனது மகன் போல் வளர்க்கிறான். அவனுக்கு 'இடிபஸ்' எனப் பெயரிடுகிறான்.

இப்போது இடிபஸ் இளைஞனாகிவிட்டான். ஒரு சமயம் தீப்ஸ் நாட்டுக்குச் செல்ல நேரிடுகிறது. போகும் வழியில் அவன் லாயஸை சந்திக்க நேரிடுகிறது. இந்த ஆள் தனது தந்தை என்று இடிபஸுக்குத் தெரியாது. வாக்குவாதம் ஏற்படுகிறது. அது சண்டையில் முடிகிறது. இதில் லாயஸை இடிபஸ் கொன்றுவிடுகிறான். அந்த நாட்டு மரபுப்படி, அரசனைக் கொன்றவன் அரசியை மணந்து நாட்டை ஆள வேண்டும். அதன்படியே ஏற்பாடு செய்யப்பட்டது. ஜோகாஸ்டாவை இடிபஸ் மணக்கிறான். இவள் தனது தாய் என்பதையும் இடிபஸ் அறியான். நாட்கள் ஓடுகின்றன. நான்கு பிள்ளைகளைப் பெறுகின்றனர். ஒரு கட்டத்தில் ஜோகாஸ்டாவுக்கும் இடிபஸுக்கும் உண்மை தெரியவருகிறது. மனம் நொந்து ஜோகாஸ்டா தற்கொலை செய்து கொள்கின்றாள். குற்றவுணர்வால் துடிதுடித்த இடிபஸ் தனது கண்களைக் குருடாக்கிக் கொள்கிறான். இதுதான் இடிபஸ் கதை.

இடிபஸ் கதையின் பல வடிவங்களில் ஒரு வடிவமான இது ஃப்ராய்டை கவனிக்க வைத்தது. இதன் சாரமான பெற்றோர் காதலுக்கு இடிபஸ் சிக்கல் எனப் பெயர் வைத்துவிட்டார். உண்மையில் இந்தக் கதைப்படி, இடிபஸுக்கு இடிபஸ் சிக்கல் இல்லை என்று மறுப்போர் உண்டு. காரணம், தன்னுடைய தாயை இடிபஸ் மோகிக்கவில்லை. மாறாக, தனக்கு வாய்த்த மனைவி தன்னுடைய தாய் என்றறிந்து வருந்துகிறான். எனவே, இடிபஸுக்கு இடிபஸ் சிக்கல் இல்லை என்பது இவர்களின் வாதம்.

மேலோட்டமாகப் பார்க்கும்போது தர்க்கம் இருப்பது போலத் தெரியும். உண்மையில் இந்தக் கதையைப் படைத்த படைப்பாளி உள்ளத்தில் (சோஃபக்ளிஸ்) இந்தச் சிக்கல் இருந்திருக்கிறது. அதுதான், இப்படியான கதையை உருவாக்கியுள்ளது. எனவே, தாய் மோகத்துக்கு ஃப்ராய்ட், இடிபஸ் எனப் பெயரிட்டதில் தவறில்லை. மேலும், இடிபஸ் குற்றவுணர்வுக்குப் பின் உள்ள உறுத்தலே இடிபஸ் சிக்கல் எனப் புரிந்துகொள்ளலாம். ஜோகாஸ்டாவின் தற்கொலைக்குப் பின்னால் தகாப்புணர்ச்சிக் குற்றவுணர்வு உள்ளது. இதன் பின்புலமாக அவளின் இடிபஸ் சிக்கல் உள்ளது என ஃப்ராய்டிய நோக்கில் அறிய முடிகிறது.

எலெக்ட்ரா சிக்கல் என்பது பெண்ணின் தந்தைக் காதலுக்கான பெயர். இதுவும் கிரேக்கப் புராணத்துப் பாத்திரம். தந்தைக்குத் துரோகம் செய்த தாயைக் கொன்றவள் எலெக்ட்ரா. இதற்குத் தந்தை மீதான பற்றுறுதி காரணம். இடிபஸ் அளவுக்கு ஆழமான உணர்வு இதிலில்லை. என்றாலும், பெண்ணின் தந்தைக் காதலுக்கு அடையாளமாக எலெக்ட்ரா எனப் பெயர் வைக்கிறார் ஃப்ராய்ட். இருப்பினும், இரண்டுக்குமான பொதுப் பெயராக 'இடிபஸ் சிக்கல்' புழக்கத்தில் உள்ளது.

இந்த இடிபஸ் சிக்கலை யூங் ஒரு மூலப்படிவமாகக் (archetype) காண்கிறார். ஃப்ராய்ட் கண்ட ஒரேயொரு மூலப்படிவம் என்று இடிபஸ் சிக்கலைக் குறிப்பிடுவார் அவர். மூலப்படிவம் என்றால், இனத்துக்கே பொதுவான கூட்டு நனவிலி (collective unconscious) உள்ள படிமங்களைக் குறிக்கும். உடலுக்கு டி.என்.ஏ போன்று உள்ளத்தின் மூலக்கூறு மூலப்படிவமாகும். ஒருவரின் கூட்டு நனவிலியில் பலப்பல மூலப்படிவங்கள் உள்ளன. அவற்றுள் ஒன்று இடிபஸ் சிக்கல் என்பார் யூங் (Adams, 107). இடிபஸ் சிக்கல் மட்டும் அகிலப் பொதுவானது என்ற ஃப்ராய்ட் கூற்றை யூங் ஏற்கவில்லை. அதேபோல். பல மூலப்படிவங்கள் உள்ளன என்ற யூங் கூற்றை ஃப்ராய்ட் ஏற்கவில்லை. இந்த அரசியல் இன்னமும் தொடர்கிறது.

இப்போது பாரதியாருக்கு வருவோம். 'கனவு மெய்ப்பட வேண்டும்' என்று விரும்பிய பாரதியாரின் காதல் கனவு மெய்ப்படவில்லை. அவரின் முதற்காதல் தாய் மீது இருந்தது. அனைத்துக் குழந்தைகளின் முதற்காதல் பொருள் தாய் என்பார்

ஃப்ராய்ட் (Freud 14, 87). ஐந்து வயதில் தாயார் மரணம் என்பது இடிபஸ் கட்டத்தில் (3-5 வயது) ஏற்பட்ட பெரும் சோகம். இந்த வயதில் தாய் மீதான பற்றுதல், ஒட்டுதல் எல்லாம் உணர்வெழுச்சி மிக்கதாக இருக்கும். அதிலும், பாலியல் பாகுபாடு அறியத் தொடங்கும் இந்தக் கட்டத்தில் ஆண் குழந்தை மனத்தில் தாய் நிலை உச்சத்தில் இருக்கும். அப்படித்தான் பாரதியாரின் மனம் இருந்திருக்கும். அவரின் தந்தை மிகவும் கண்டிப்பானவர் என்பதால் தாய் மீது கூடுதலான காதல் அவர் வைத்திருப்பார் என்பதில் ஐயமில்லை. இந்தக் கட்டத்தில் தாய் மரணம், அவரின் உள்ளத்தில் மிகப்பெரிய பாதிப்பை ஏற்படுத்தியுள்ளது என்பதை உளவியல் ரீதியில் புரிந்துகொள்ள முடிகிறது.

ஆண் குழந்தை மனதில் தாய்ப்பிரிவு ஏற்படுத்துகின்ற தாக்கத்தை ஃப்ராய்ட் தனது பேரன் வழியில் அறிகிறார். ஒருநாள் மாலைப் பொழுது. ஒரு தேவைக்காகத் தாய் வெளியே சென்றுவிடுகின்றாள். அந்தப் பிரிவு பேரன் மனதில் உறுத்தலை ஏற்படுத்துகின்றது. அவனுள் ஏற்பட்ட தாய்ப் பிரிவுப் பதற்றம் ஒரு விளையாட்டை ஆட வைக்கிறது. அதுதான், 'ஃபோர்ட்-டா' (fort-da) எனும் ஜெர்மானியக் குழந்தை விளையாட்டாகும்.

ஃபோர்ட் என்றால் போ. டா என்றால் வா. ஒரு சுருளின் முனையில் திடமான பொருள் இருக்கும். சுருளைக் கையில் பிடித்துக்கொண்டு அந்தப் பொருளை 'ஓ...' எனச் சொல்லி வீசுவான். அது மீண்டும் கைக்கு வந்து சேரும்போது 'ஹா...' எனச் சொல்லி அதைப் பிடித்துக் கொள்வான். மீண்டும் வீசுவான். மீண்டும் பிடிப்பான். இப்படியே ஆடிக் கொண்டிருந்தான். இதைக் கவனித்த ஃப்ராய்ட் எதற்காக இந்த ஆட்டத்தைத் தேர்ந்தெடுத்து மும்முரமாக ஆடிக் கொண்டிருக்கிறான் என்று ஆராய முற்பட்டார். தாயின் பிரிவு அதற்குப் பின்புலமாக இருப்பதை அறிந்து கொண்டார்.

தாயின் பிரிவு அவனுள் அமைதியின்மையை ஏற்படுத்திவிட்டது. இறுக்கத்தை உருவாக்கிவிட்டது. அது மனவலியைத் தந்து கொண்டிருந்தது. கைக் குழந்தையாக இருந்திருந்தால் அழுது தீர்த்திருப்பான். இப்போது அழத் தோன்றவில்லை. இருப்பினும், இறுக்கம் கூடிக் கொண்டே போனது. அந்த இறுக்கமே தன்னைக்

குறைத்துக்கொள்ள இந்த 'ஃபோர்ட்-டா' விளையாட்டைத் தேர்ந்தெடுத்தது. இதில் திரும்பம் (repetition) நடப்பதை ஃப்ராய்ட் நோக்குகிறார். இது கட்டாயத் திரும்பம் (compulsion to repeat) ஆகும் (Laplanche, 78).

இறுக்கமானது தம்மைக் குறைத்துக் கொள்ள இத்தகு கட்டாயத் திரும்ப நடவடிக்கைகளில் ஈடுபடும். சடங்குகள், வழிபாடுகள், பண்டிகைகள், விழாக்கள் எல்லாம் இதில் அடங்கும். தனிமனிதரின் திரும்பச் செயல்கள் யாவும் நனவிலி இறுக்கக் குறைப்புக்கான முயற்சிகளாகும். குறிப்பாக, அடிமைப் பழக்கங்கள் இதில் அடங்கும். பாரதியாரிடம் போதைப் பழக்கம் இருந்தது இங்கு நோக்கத்தக்கது. இதன் பின்னணியாக இறுக்கமும் அதன் பின்னணியாகத் தாய்ப் பிரிவும் இருப்பதை ஃப்ராய்டிய நோக்கில் புரிந்து கொள்ளலாம். போதைப் பழக்கம் அனைத்துக்கும் தாய்ப் பிரிவு காரணம் என்றும் சொல்ல முடியாது. சிலருக்கு வாய் மோகத்தில் ஏற்பட்ட தேக்கம் (fixation) காரணமாகலாம். தன்மோக நாட்டம் (narcissism) காரணமாகலாம். வேறு ஏதேனும் நனவுக் காரணியாகவும் இருக்கலாம். பாரதியாரிடம் மிக நிச்சயமாக தாய்ப் பிரிவிலான இறுக்கமே காரணம் என்பது ஃப்ராய்டியத் தர்க்கம்.

குழந்தையின் உள வாழ்வில் தாய்ப் பிரிவு இறுக்கத்தை உண்டுபண்ணுவதாகும். பிரிந்த தாய் மீண்டும் வந்துவிட்டால் இந்த இறுக்கம் கரைந்து போகும். பாரதியாரிடம் ஏற்பட்ட தாய்ப் பிரிவு நிரந்தரமானது. எந்த வகையிலும் ஈடுகட்ட முடியாதது. தாய் மீது வைத்துக் கொள்கின்ற பற்றின் அளவுக்கு இறுக்கம் ஆழமாக உள்ளத்தில் அமைந்திருக்கும். இது உளவியல்பு. மேலும், மரண வழித் தாய்ப்பிரிவு உள்ளத்தில் காயத்தை, வடுவை ஏற்படுத்துகின்ற நிகழ்வு. இந்த மரணப் பிரிவு உண்மைத் தாயை மீண்டும் சேர்க்காது. அதனால், பதிலித் தாயை மனம் தேடும். காலம் முழுக்க அந்தத் தேடலில் உள்ளத்தை அலைக்கழிக்கச் செய்யும்.

பாரதியார் மனமும் தேடியது. இழந்த தாய்க்கான பதிலியைக் கண்டு கொஞ்சம் ஆறுதல் அடைய அவரின் நனவிலி தேடிக் கொண்டிருந்தது. அந்த வேளையில் அந்தக் காதலி தென்பட்டாள். பாரதியார் நனவிலி அவளைச் சிக்கெனப் பிடித்துக் கொண்டது.

இந்தக் காதல் கைக் கூடவில்லை. அதனால், தேடல் தொடர்ந்தது. காதலியிடம் தொடங்கி பாரத மாதா, கண்ணம்மா, தமிழ் மொழி, பராசக்தி எனப் பதிலித் தாயை மனம் தேடிக் கொண்டிருந்தது. கண்ணன் ஓர் ஆண். அவனையும் தாயாகப் (கண்ணம்மா) பாவிக்கின்றார் பாரதியார். புராணப்படி, கண்ணன் இரட்டைப் பால்தன்மை கொண்டவன். மோகினி அவதாரம் எடுத்தவன். அந்தப் பெண்மையைப் பாரதியார் மனம் தாயாகப் பாவிக்கின்றது. சிவனைத் தாயுமானவர் என்றதற்குப் பின்னால் இதே இரட்டைப் பால்நிலை (அர்த்தநாரி) ஆதாரம் என உளவியல் நோக்கில் புரிந்துகொள்ளலாம்.

உண்ண உண்ணத் தெவிட்டாதே - அம்மை
உயிரெனும் முலையினில் உயர்வெனும் பால்

என்பது 'கண்ணன் என் தாய்' முதல் வரி. இதில் பாரதியாரின் வாய் மோகம் வெளிப்பட்டிருப்பதைப் பார்க்க முடிகிறது. இது தாய் மீதான ஒன்றுதலின் வெளிப்பாடு. பாலருந்தும் பருவத்திலேயே தாய்ப் பற்றுக் கொண்டிருந்தவர் பாரதியார் என்பது இதில் உறுதியாகிறது. இந்த மார்பகப் பற்று நாளடைவில் தாய்ப் பற்று ஆகிவிடுகிறது. அதன் வெளிப்பாடே இந்த வரி.

இந்த வாய் மோகத்தில் ஆழ்ந்துவிட்ட மனம் வாய் வழி அடிமைப் பழக்கத்துக்கு (புகை, சுருட்டு, குடி, வெற்றிலை) ஆட்படும். எனவே, பாரதியாரின் போதைப் பழக்கத்துக்குக் காரணியாக வாய் மோகத்தில் ஏற்பட்ட தேக்கமும் தாய்ப் பிரிவால் ஏற்பட்ட இறுக்கமும் கலந்துள்ளன. ஓர் உள வெளிப்பாட்டுக்கு அல்லது நோய்க் குறிக்கு ஒன்றுக்கு மேற்பட்ட காரணிகள் இணைந்து இருப்பதுண்டு. இதை மிகைக் காரணி (over determinism) என்பார் ஃப்ராய்ட் (Sulloway, 336). கனவில் ஒரு படிமத்துக்கு ஒன்றுக்கு மேற்பட்ட நனவிலிக் காரணிகள் இருந்தால் அது உறைவு (condensation) எனப்படுகிறது (Stafford-Clark, 62). காமதேனு என்கிற படிமத்தில் மூன்று கூறுகள் (பெண், பசு, மயில்) கலந்து ஒற்றைப் படிமமாக வந்திருப்பது உறைவுக்குச் சிறந்த சான்று.

பாரதியார் ஒரு கவிஞர் என்பதால் அவரின் வாழ்வில் உறைவுக்குப் பஞ்சமிருக்காது. சுருங்கச் சொல்லும் கவித்தலில் உருவகம் தொடர்பான உறைவு மிகுந்து வெளிப்படும். கவிதை நடைதான்

மொழி வளர்ச்சிக்கு அடிப்படை. உருவகம், ஆகுபெயர் நடையியலில் புதிய சொற்கள் உருவாக வாய்ப்பாகின்றது. எனவே, இவை மொழியை வளப்படுத்துகின்றன என்பார் லக்கான். உள வாழ்வையும் இவை வளப்படுத்துகின்றன. பாரதியாரின் கவிதைகளில் உறைவு மிகுதி. '*தீக்குள் விரலை வைத்தாற் நந்தலாலா உன்னைத் தீண்டுமின்பம் தோன்றுதடா நந்தலாலா*' என்பதில் வரும் தொடுதல் உணர்வின்பம் உறைவுக்குச் சான்று. அவரின் வாழ்கையே உறைவு போன்றது. சுருக்கமான வாழ்க்கையில் கவித்துவம் மிக்க அம்சங்கள் பல உள்ளன. அவற்றுள் 'பிள்ளைக் காதல்' ஒன்று.

பதின்பருவத்தின் தொடக்கத்தில் பாரதியார் காதலில் விழுந்தார். அந்தச் சிறுமிக்கு வயது ஒன்பது. நீர் எடுத்துச் செல்ல தினமும் அவர் வீட்டு வழியில் செல்வாள். ஒருநாள் அவளைக் கண்டதும் காதல் கொள்கின்றார் பாரதியார். அடுத்த நாளில் இருந்து அந்த நேரத்தில் அவளின் வருகைக்குக் காத்திருக்கின்றார். இப்படியே நாட்கள் நகர்ந்தன. பாரதியார் விரும்பிய வண்ணம் அவளின் அன்பு கிடைத்தது. இருவரும் பேசிப் பழகி வந்தனர். 'கானகத்தில் இரண்டு பறவைகள் காதலுற்றது போல' இருவரும் இருந்தனர்.

இப்படிப்பட்ட சூழலில் ஆங்கிலக் கல்வி பயில, திருநெல்வேலி செல்லுமாறு தந்தை கட்டளையிட்டார். ஏற்கனவே தந்தையின் மீதான அச்சம் காரணமாக விளையாட்டைத் துறந்து வீட்டில் முடங்கிப் படிப்பிலேயே காலத்தைக் கழித்து வந்தவர் பாரதியார். இப்போது ஆங்கிலக் கல்வி திணிப்பு. அதுவும் வெளியூர். காதலை விட்டுச் செல்ல வேண்டிய உணர்வுபூர்வமான சூழல். பாரதியாரைப் பொருத்தவரை இது தாய்ப் பிரிவின் இன்னொரு வடிவம். இதனால், அவரின் காதல் நெருக்கடிக்கு ஆளானது.

தந்தையை நேர்கொண்டு பார்க்க முடியாத பாரதியாரால் நெல்லை திட்டத்தை எதிர்கொள்ள முடியவில்லை. வேறு வழியின்றி ஆங்கிலம் பயிலச் சென்றார். காதலில் நீண்ட இடைவெளி ஏற்பட்டுவிட்டது. விளைவு, காதல் பிளவுண்டது. இரண்டாவது முறை தாயன்பு ஏமாற்றத்தில் முடிந்தது. படிப்பு முடிந்தது. ஆனால், காதல் குறை கண்டது. பழைய தேடல் தன்னைப் புதுப்பித்துக் கொண்டது.

இப்போது பாரதியாருக்கு வயது பன்னிரெண்டு. பழைய காதல் குறையுடன் இருந்த பாரதியாருக்குத் திருமணம் செய்துவிக்கத் தந்தை முடிவு செய்தார். இது அவரின் கடமை. கடையத்து செல்லம்மாளுக்கு வயது ஏழு. திருமணப் பேச்சு முடிவானது. பாரதியாரால் இதையும் எதிர்க்க முடியவில்லை.

தீங்கு மற்றிதி லுண்டென் றறிந்தவன்
செயலெ திர்க்குந் திறனில னாயினேன்

என்று புலம்புகிறார். வேறு வழியின்றி காதல் தேடலை ஒடுக்கி மண வாழ்வில் ஈடுபட்டார்.

சாத்தி ரங்கள் கிரியைகள் பூசைகள்
சகுன மந்திரந் தாலி மணியெலாம்
யாத்தெ னைக்கொலை செய்தனர்

எனப் புலம்புகிறார். திருமணம் என்ற பெயரில் கொலை நடத்தியுள்ளனர். அது, காதல் கொலை. திருமணம் என்பது சமூக வாழ்வுக்கு மட்டுமின்றிச் சமூக நலனுக்குமானது. இந்தச் சமூக நலனுக்காகத் தனது சொந்த நலன்களைத் தியாகம் செய்ய வேண்டும் என்பது சமூக மனிதனின் விதி என்பார் ஃப்ராய்ட் (Quinodoz, 235). அதைத்தான் பாரதியாரும் செய்தார். வேண்டா வெறுப்பாகத் திருமணத்தில் இறங்கிவிட்டார்.

இதனையடுத்து தந்தையின் வறுமை. அதனால் ஏற்பட்ட துயரங்கள். தந்தையின் மரணம். அதனால் உண்டான மனவாட்டம். இவையெல்லாம் பாரதியாரை அலைக்கழித்தன. இந்தக் கட்டம் வாழ்வில் திருப்புமுனையாக அமைந்துவிட்டது. 'பாருக்குள்ளே நல்ல நாடு, எங்கள் பாரத நாடு' என்று பாடியவர் 'ஏன் பிறந்தனன் இத்துயர் நாட்டிலே' என்று விரக்தி கொள்கிறார்.

IV

அனைவரின் உள வாழ்வுக்கும் நனவிலி மனமே ஆதாரம். அந்த நனவிலிக்குக் குழந்தைப் பருவம் ஆதாரம். குறிப்பாக, அதீத இன்ப (தேக்கம்) அதீத துன்ப (பாதிப்பு) அனுபவங்கள் மூலங்களாகின்றன. இவைதான் நோய்க் குறிகளுக்கான வேர்களாக உள்ளன. இந்த நனவிலி அனுபவங்கள் நனவின்

ஆளுமையைக் கட்டமைக்கின்ற தன்மை கொண்டவை. நனவின் ஆளுமை என்பது மாயை. நனவிலியே முதன்மை. இதைத்தான் ஃப்ராய்ட் முன்வைத்த கருத்தாக்கம் என்று தெரிதா கூறுவார்.

பதின்வயதில் பாரதியார் காதலில் ஏன் விழ வேண்டும்? ஏற்கனவே சொன்னதுபோல், காதலுக்கு வயது, அந்தஸ்து, அழகு என ஏதும் தேவையில்லை. காரணம், நனவிலிக்கு இவை தெரியாது. உள்ளப் புணர்ச்சிக் காதலை நனவிலி மனமே தீர்மானிக்கின்றது. அதனால், காதலுக்கு நனவிலி போதும். தொல்காப்பியர் மொழியில் கூறின் மனம் (ஆறாம் அறிவு) போதும். இது பாரதியாருக்கும் பொருந்தும்.

பாரதியாரின் நனவிலிக் காதலுக்கு ஆதாரம் தாய். குறிப்பாகத் தாயின் மரணம். இந்தக் குறிப்பையும் கனவுக் கவிதையில் காணலாம். 'என்னை யீன்றெனக் கைந்து பிராயத்திற் ஏங்க விட்டுவிண் ணெய்திய தாய்' என்கிற குறிப்பு வருகிறது. இந்த ஏக்கம் பாரதியார் உள்ளத்தில் பெண் அன்பைத் தேட வைக்கிறது. அந்த ஏக்கத்தைப் போக்குகின்ற நபரைத்தான் நனவிலி ஏற்கும்.

பாரதியாரின் ஏக்கத்துக்கு ஏற்ற அம்சம் அந்தப் பெண்ணிடம் இருந்திருக்கிறது. ஏதோ ஒரு விதத்தில் தாய்க்கு நெருக்கமான — தோற்றம் அல்லது குணம் — இடத்தில் அவள் இருந்திருக்கிறாள். அப்படி இருந்ததால்தான் அந்தப் பெண்ணிடம் தாய் அன்பை பாரதியார் நனவிலி எதிர்பார்த்து இருக்கிறது. இதுதான் உளப்பூர்வமான ஆழத்துக் காதலுக்கு அடிப்படை. தாய் வாசமுள்ள பெண்ணின் அன்புதான் ஆண் நனவிலி ஏக்கத்துக்கு ஆறுதல் தரும். தந்தை வாசமுள்ள ஆணின் அன்புதான் பெண் நனவிலி ஏக்கத்துக்குப் பொருந்தும். அப்படி அமையவில்லை என்றால் உளக்குறை ஏற்படும். உள வாழ்வில் மாறாட்டம் ஏற்படும். இதுதான் காதல் குறித்த ஃப்ராய்டியத் தர்க்கம்.

பாரதியாரிடம் வந்திருப்பது 'கண்டதும் காதல் வெறி'. எனில், தோற்றத்தில் தாயை நினைவுகூரும் விதத்தில் அந்தக் காதலி இருந்திருக்கக் கூடும். அதை, நனவிடைத் தோய்ந்த நிலையில் இவ்வாறு கூறுகிறார்:

அன்ன போழ்தினி லுற்ற கனவினை

> அந்தமிழ்ச் சொலில் எவ்வனம் சொல்லுகேன்?
> சொன்ன தீங்கன வங்குத் துயிலிடைத்
> தோய்ந்த தன்று, நனவிடைத் தோய்ந்ததால்;
> மென்ன டைக் கனி யின்சொல் கருவிழி,
> மேனி யெங்கும் நறுமலர் வீசிய
> கன்னி யென்றுறு தெய்வத மொன்றனைக்
> கண்டு காதல் வெறியில் கலந்தனன்

இது இடிபஸ் காதலின் முக்கிய அம்சம். உருவ அமைப்பில் தாயைக் கண்டதால் பாரதியாருக்குக் காதல் வெறி வந்தது. எனில், இங்கே நனவிலியின் பதிலீட்டு உருவாக்கம் (substitute formation) நடந்துள்ளது என்று பொருள்.

உளப்பகுப்பாய்வில் பதிலீட்டு உருவாக்கம் (substitute formation) எனும் கருத்தாக்கம் ஈகோவின் முக்கியச் செயற்பாடாகும். அமுக்கப்பட்ட அல்லது நிறைவேறாத ஒன்றுக்குப் பதிலாக இன்னொன்று மூலம் ஈகோ செயப்படுத்துவதை இது குறிக்கும். இதைக் கொண்டு நனவிலியானது தமது வேட்கைகளை நிறைவேற்றம் செய்துகொள்கிறது. அப்படிப் பதிலீட்டுக்கு உட்படுத்துகின்ற இன்னொரு புறநிலை அல்லது ஆள் (முந்தைய ஒன்றுடன் (நனவிலியுடன்) ஏதோ ஒரு விதத்தில் இணக்கமாக அமையப் பெற்றிருக்க வேண்டும். நடிகர்களின் 'டூப்' இதற்குச் சிறந்த சான்று. மேலும், குறிப்பிட்ட நடிகர்/ நடிகையை ரசிப்பதில் ரசிகனது நனவிலி வேட்கையின் பதிலீட்டு உருவாக்கம் நிகழ்கின்றது. அதனால்தான், பல கலைஞர்கள் இருக்க, குறிப்பிட்ட ஒருவரை மட்டும் மனம் ஏற்கிறது. (பலரை விரும்பினால் அது நிறைவின்மையின் அடையாளம்).

பாரதியாரின் காதலி ஐயத்திற்கு இடமின்றிப் பதிலீட்டு உருவாக்கமே ஆகும். காரணம், இந்தக் கவிதையில் தாய் வருகிறாள். 'என்னை யீன்றெனக் கைந்து பிராயத்திற் ஏங்க விட்டுவிண் ணெய்திய தாய்' எனும் குறிப்பு வருகிறது. இதில் எண்ணங்களின் தொடர் (train of thoughts) செயல்படுகிறது. தொடர்புடைய எண்ணங்களே தொடரியாக வரும். அப்படித்தான் காதலியுடன் தாயும் தாயுடன் காதலியும் வருகின்றனர். இதன் மூலம், தாய் மீது பாரதியாருக்கு மிகுந்த பற்றுதல் இருந்திருப்பதை

அறிய முடிகின்றது. இதற்குத் தந்தையின் மூர்க்கத்தனமும் ஒரு காரணம்.

ஆண் குழந்தையின் இயல்பான தாய்ப் பற்றுக்கு மேலே அதீத ஒட்டுதல் வைத்துக் கொள்ள தந்தையின் முரட்டுத்தனம் கூடுதல் காரணியாகின்றது. பாரதியார் காலத்தில் பெரும்பாலான தந்தைமார்கள் மிதமிஞ்சிய மூர்க்கத்தனமாக இருந்திருப்பதை அறியலாம். அறிவியல் வளர வளர இது தற்போது கொஞ்சம் குறைந்துள்ளது என்பதில் ஐயமில்லை. இருப்பினும், குழந்தை மனதளவில் தாயுடன் ஒப்பிடும்போது தந்தை பிம்பம் கொஞ்சம் மூர்க்கமாகத்தான் இருக்கும். இது ஒரு தொன்ம வடிவம். யூங்கிய மொழியில் சொன்னால் மூலப்படிவம். ஒரு தாய் எவ்வளவு மூர்க்கமாக நடந்து கொண்டாலும் அந்தத் தாயை எந்தக் குழந்தை மனமும் உதறிவிடாது. காரணம், அவள் தான் அந்தக் குழந்தைக்குப் பாலூட்டியவள். இந்தப் பற்று அவ்வளவு எளிதில் அகலாது. (முதியோர் இல்லத்தில் தாயைச் சேர்ப்பதில் வேறு உளவியல் சிக்கலுள்ளது. இது தனி ஆய்வுக்குரியது).

பாரதியாரின் தந்தையின் மூர்க்கத்துக்கு அளவில்லை. பிள்ளையிடம் விருப்பத்தைக் கேட்டறியார். தெரு விளையாட்டுக்கும் இடம் தராமல் பாரதியாரை வீட்டில் அடைத்தவர். இயல்பாகப் பேசமாட்டார். மறுபேச்சுக்கும் இடம் தரமாட்டார். தன் விருப்பத்தை மட்டும் நிறைவு செய்யப் பணிப்பார். அதனால்தான், ஆங்கிலம் பயில நெல்லைக்குச் செல்லக் கட்டளையிட, மறுப்புச் சொல்லாமல் பாரதியார் சென்று விட்டார். அவரது மூர்க்கத்தனத்தின் உச்சமாக, தாம் பார்த்து முடிவு செய்த பெண்ணை மணக்கச் சொல்லிக் கட்டளையிட்டவர். மறுக்க வழியின்றிப் பாரதியார் ஏற்றுக் கொண்டார்.

இந்தத் தந்தையின் மூர்க்கத் தனத்தை இடிபஸ் கட்டத்திலேயே பாரதியார் அனுபவித்திருக்கக் கூடும். தனது தந்தை எப்படி இருக்க வேண்டும் என்கிற ஏக்கத்தைக் 'கண்ணன் என் தந்தை' வரிகளில் வார்த்திருப்பதைக் காணலாம். இந்த நாட்டைத் 'தந்தையர் நாடு' என்று கூறியதில் உள விழுமியம் இருக்கிறது.

'தந்தையர் நாடென்னும் போதினிலே புது சக்தி பிறக்குது மூச்சினிலே' என்பதில் வரும் தந்தையர் நாடு என்பது தந்தைக்கு

உரிய நாடு என்பதன் உருவகம். தந்தைக்கு உரியவள் தாய். அதனால், தாய் நாட்டைத் தந்தையர் நாடு என்கிறார். இதில் தாயைத் தந்தை வழியில் அடைய அவரின் நனவிலி முயல்கிறது. அதாவது, தந்தைக்கு உரியவை எல்லாம் மகனுக்கு உரியது என்றாகிவிடும். அப்படி இந்தத் தாய், தனக்கும் உரிமை என்று அவர் நனவிலி ஈகோ சமரசம் செய்து கொள்கிறது. இது சமரச உருவாக்கத்தின் (compramise formation) வெளிப்பாடு ஆகும்.

சமரச உருவாக்கம் என்பது எதிரும் புதிருமான இரண்டு உணர்வுகளுக்கும் இடையே சமரசம் ஏற்படுவதாகும். ஏனென்றால் நனவிலிக்கும் (இட்) நனவுக்கும் (சூபர் ஈகோ) இடையிலான முரண் உளப் போராட்டத்தை உருவாக்கி அமைதியின்மையை ஏற்படுத்திவிடுகின்றது. அந்த வேளையில் ஈகோ தன்னைக் காத்துக்கொள்ள வேண்டி சமரச முயற்சியில் ஈடுபடுகின்றது. இந்த வேளையில், இட்டுக்கும் சூபர் ஈகோவுக்கும் ஏற்புடை வண்ணம் செயல்பட ஈகோ முனைகிறது. கனவில் வரும் புனைவேடங்கள் (குறியீடுகள்) இவ்வகைப்பட்டவையே ஆகும். இது தற்காப்பு இயக்கங்களில் (defensive mechanisms) முக்கிய ஒன்று.

அவ்வாறு சமரசம் செய்து வைக்கும்போது புதிய ஆக்கங்களை ஈகோ மேற்கொள்கின்றது. கலை இலக்கியப் படைப்பாக்கங்கள் இவ்வகையிலானவை. சமய நடவடிக்கைகள், சடங்கு ஈடுபாடுகள், நோய்க்குறி வெளிப்பாடுகள் எல்லாம் இதில் அடக்கம். லக்கான் பார்வையில் மொழியின் உருவகம் இந்தப் பணியைச் செய்கின்றது. அந்த வகையில் ‘தந்தையர் நாடு’ சமரச உருவாக்கத்தின் விளைவு ஆகும்.

சமரச உருவாக்கம் அகிலப் பொதுவானது. முரணின்றி மனித மனம் இல்லை. சமரசமின்றி உளச் செயற்பாடு இல்லை. அதனால், மனிதர் அனைவரிடத்திலும் நோய்க்குறிகள் வெளிப்படும் என்பதில் ஐயமில்லை. காரணம், அமுக்கமில்லாத மனிதர் இல்லை. பிளவு இல்லாத மனமில்லை. அதனால், உளநரம்பு நோயில்லாத மனிதரில்லை. பாரதியார் விதிவிலக்கில்லை. இவரிடமும் நோய்க்குறிகள் பல வடிவங்களில் வெளிப்பட்டுள்ளன. மரபை மீறுவது அவற்றுள் ஒன்று. வைதீகக் குலத்தில் பிறந்த பாரதியார் பல மரபுகளை மீறி இருக்கின்றார். மீசை, மனைவிக்கு சம

இடம், கீழ்ச் சாதிப் பிள்ளைக்குப் பூணூல் அணிவித்தல் எனப் பட்டியல் நீளும். இவை, தான் சார்ந்த சூபர் ஈகோவை மீறுகின்ற ஈகோவின் செயல்.

ஈகோவுக்கும் சூபர் ஈகோவுக்கும் முரண், போராட்டம் நடந்த வண்ணம் இருக்கும். மனித மனம் போர்க்களமாக விளங்குவதற்கு இதுவும் ஒரு காரணம். உளப்பகுப்பாய்வுப்படி, இட் X சூபர் ஈகோ போராட்டமும் ஈகோ X சூபர் ஈகோ போராட்டமும் ஓடிக் கொண்டுள்ளன. இவற்றில் முன்னது மனநோய்க்கும் பின்னது உளநரம்பு நோய்க்கும் அடிப்படையாகின்றன. இரண்டிலும் சூபர் ஈகோ செயலிதான் முரண்பாட்டுக் களமாகும். இது, அதிகாரம் கொண்டது. சமூகம் என்பது சமயம், அரசியல், பண்பாடு முதலிய அதிகாரங்களின் தொகுதி ஆகும். இதை எதிர்த்துப் போராடுவது இட் வேட்கைகள் நனவில் வரம்புகளை எதிர்த்து வெளிப்படுவதன் குறியீடாகும். இதன்படி, 'சுதந்திரப் போர்' என்பது உளப் போராட்டத்தின் புறத்தெறிவு (projection) என்றாகிறது. புறத்தெறிவு என்பது அகத்து உள நிகழ்வுகள் புறத்து நிகழ்வுகளாக வெளிப்படுவதைக் குறிக்கும் (Laplanche, 349).

சான்றாக, உளப் போராட்டம் புறத்தெறிவாகிச் சமூகப் போராட்டமாக அமைவதில் காணலாம். சமூகம் என்பதே உள்ளத்தின் தயாரிப்பு என்கிறது உளப்பகுப்பாய்வு. தொழிலாளி X முதலாளி முரண் என்பது ஈகோ X சூபர் ஈகோ முரணின் புறத்தெறிவு ஆகும். சமூகத்துக்கு ஃப்ராய்ட் முக்கியத்துவம் தரவில்லை என்ற விமர்சனம் உள்ளது. உண்மையில், மார்க்ஸைவிட ஃப்ராய்ட் தான் சமூக இருப்புக்குச் சிறப்பிடம் தருகிறார். காரணம், சூபர் ஈகோ என்கிற பெயரில் சமூகத்தை அகத்தில் வலிமையான தளமாக வைக்கிறார். மாறாக, புறத்தில் வைத்து அதன் இயங்கியலை விவரித்தவர் மார்க்ஸ். சமூகக் கூறுகள் உள்ளத்தில் இருந்தால்தான் இயக்கம் பெறும்.

மேற்சொன்ன புறத்தெறிவை இந்தியச் சுதந்திரப் போராட்டத்தைக் கொண்டு புரிந்து கொள்ளலாம். இந்தியச் சுதந்திரப் போராட்டத்தை உளப்பகுப்பாய்வு செய்தவர் க்ளாட் டங்கர் டாலி (Claud Dangar Daly, 1884-1950) என்கிற பிரிட்டிஷ் உளப்பகுப்பாய்வாளர். இந்தியாவில் நடந்த விடுதலைப் போராட்டம் குறித்து ஓர்

உளப்பகுப்பாய்வு விளக்கத்தை வழங்கினார். ஆங்கிலேயர் தம்மை இந்தியாவின் தந்தை போலப் பாவித்துக் கொண்டு அதிகாரம் செய்கின்றனர். நாட்டின் உரிமையை எடுத்துக் கொள்கின்றனர்.

இந்த நாடு இந்தியர்களின் தாய் நாடு. தனது தாய் உடைமையை அல்லது உரிமையைப் பெற வேண்டி, ஆங்கிலேயரை எதிர்த்துப் போராடுவது இடிபஸ் போராட்டம் போன்றது. எனவே, ஆங்கிலேயர் X இந்தியர் என்கிற நனவுநிலைப் போராட்டம் தந்தை X மகன் என்கிற நனவிலி இடிபஸ் போராட்டத்தின் புறத்தெறிவு என்கிறார். இங்கே, காந்தியைக் கொண்டு விளக்கம் தருகிறார். தந்தையை எதிர்க்கின்ற மகன் நிலையில் காந்தி வைக்கப்படுகின்றார். தந்தைக்குப் பிறகு அந்த இடத்தில் 'தேசத் தந்தை' என்ற அடையாளத்துடன் காந்தி வந்துவிடுகிறார். இதுதான் தந்தையர் நாடு. இதில் உள்ளது இடிபஸ் உணர்வு.

உளப்பகுப்பாய்வில் சமூக உளப்பகுப்பாய்வு (social psychoanalysis) பிரிவு உள்ளது. இது சமூக நடத்தைகள் நனவிலியுடன் எவ்வாறு தொடர்பு கொண்டிருக்கின்றது என்பதை ஆராய்கிறது. சாதி, மதம், விளையாட்டு, வழக்காறுகள் எல்லாம் நனவிலி வெளிப்பாடுகளாக இருப்பதை விவரிக்கின்றது. அந்த வகையில் ஒரு நாட்டின் விடுதலைப் போரின் பின்னணியில் நனவிலி இருப்பதை அறிய முடிகிறது. அனைவரிடத்திலும் நனவிலி இருந்தாலும் சிலர் மட்டும் போரில் ஈடுபடுவது, அவரவரின் நனவு ஈகோவின் தெரிவைப் பொருத்தது. எழுத்தாற்றல் இருந்தாலும் சிறுகதை, நாவல், கவிதை, நாடகம் இவற்றில் ஒன்றில் ஈடுபாட்டுடன் செயற்படுவது தனிப்பட்ட நனவு ஈகோவின் வசதியைப் பொருத்தது. பல விளையாட்டுகள் இருந்தாலும் கிரிக்கெட் ஆட்டத்தைத் தேர்ந்தெடுப்பது அவரவர் ஈகோவின் நிலைப்பாட்டைப் பொருத்தது. அதேபோல், சிலர் விடுதலைப் போரில் ஈடுபட்டனர். வேறு சிலர் சமய நடவடிக்கைகளில் ஈடுபட்டனர். காந்தியின் தேச விடுதலைக்கும் பெரியாரின் திராவிட விடுதலைக்கும் உளரீதியில் வேறுபாடில்லை.

பாரதியாரின் விடுதலை வேட்கை இடிபஸ் வேட்கையின் வெளிப்பாடாகிறது. காந்தி மீது ஒன்றுதல் (identification)

வைத்துக்கொண்டு தாய் உரிமைக்காகப் போராடிய பலரில் ஒருவர் பாரதியார். ‘ஒன்றுதல்’ என்பது ஈகோவின் முக்கியச் செயல்பாடுகளில் ஒன்று. ஒன்றை அல்லது ஒருவரை நேரடியாக அடைய முடியாமல் போனால் மற்றவர் வழியில் அடைய முயற்சிப்பதைக் குறிக்கின்றது. அப்படி ஒன்றிவிட்டால், அந்த நபர் போல நடந்து கொள்வதுண்டு. பிடித்த நடிகர் போல ஒப்பனை கொள்வது ஒன்றுதலைக் குறிக்கும். அப்பா மாதிரி மகன் நடந்து கொள்வது, அம்மா மாதிரி மகள் நடந்து கொள்வது ஒன்றுதலின் விளைவாகும். இவை இடிபஸ் ஒன்றுதல் (oedipal identification) வகையைச் சேர்ந்தவை. தாயைத் தந்தை வழியில் அடைய மகன் விரும்புகிறான். தந்தையைத் தாய் வழியில் அடைய மகள் விரும்புகிறாள்.

சிலர் ஆசிரியர் போல நடந்து கொள்வதுண்டு. இங்கே ஆசிரியர் என்பவர் பெற்றோர் குறியீடு. அதனால், இது ‘குறியீட்டு ஒன்றுதல்’ ஆகும். இந்த இடத்தில்தான் காந்தி இருக்கிறார். அவரைப் போன்று அகிம்சையைப் பின்பற்றிப் போராட்டத்தில் ஈடுபட்டவர்கள் பலர். அவரின் ஏதேனும் ஒன்றைப் பின்பற்றினாலே அதில் ஒன்றுதல் இருக்கும். அந்த ஒன்றுதல் பாரதியாரிடமும் இருந்தது. பாரத மாதாவைக் காந்தி மகான் வழியில் உரிமை கொள்ள விரும்பியது அவரின் நனவிலி ஈகோ.

பாரதியாரின் தாய் வேட்கை முதலில் காதல் வேட்கையாகத் திரிந்தது. அது ஈடேறாததால் விடுதலை வேட்கையாக மடைமாறியது. ஒருவேளை, காதல் நிறைவேறி இருந்தால் அவரின் உள வாழ்வின் பாதை வேறு திசையில் சென்றிருக்கும். நனவு வாழ்வுக்குச் செல்லம்மாள் பொருந்தி இருக்கலாம். ஆனால், நனவிலி நிறைவு அந்தக் காதலி மிகப் பொருத்தமாக அமைந்திருப்பாள். இவரின் விருப்பப்படி, அவள் துணை அமைந்திருந்தால் மனவாட்டமின்றிப் பல காலம் வாழ்ந்திருப்பார். போதைப் பழக்கம், விடுதலைப் போராட்டம் என சென்றிருக்க மாட்டார். இலக்கியத்தில் இன்னும் பல புதுமைகளைச் சாதித்திருப்பார். ஒருவர் தனது நனவிலிக்காக வாழவேண்டும். பிறருக்காக வாழ்வதில் சொந்த நனவிலியை ஏமாற்றி வாழ்வதைக் குறிக்கும். கட்டாயத் திருமணம் உள வாழ்வுக்கு ஏற்புடையதன்று.

பாரதியாரின் திருமண பந்தத்தில் இடிபஸ் வேட்கை ஒடுக்குமுறைக்கு ஆளாகியுள்ளது. அதனால்தான், இல்லற வாழ்வில் உளப்பூர்வமாக அவரால் ஈடுபட முடியாமல் போனது. இல்லறத்தை விட்டு விலகி ஓடுவதற்கான ஊக்கப்பாடு அவருள் இருந்தது. கோவலன் நிலையும் இப்படிப்பட்டதே ஆகும். கோவலனின் நனவிலி மாதவியைத் தேர்ந்தெடுத்தது. அவளும் நிறைவு தராததால் மாதவியை விட்டு மீண்டும் கண்ணகி நோக்கிக் கோவலன் வந்துவிட்டான். இப்போது சூபர் ஈகோவுக்காக வாழத் துணிந்தான். பெரும்பாலான மனிதரின் நிலை சூபர் ஈகோ வாழ்வாகத்தான் உள்ளது.

பாரதியாரின் நனவிலிக்குத் திருமண வாழ்வு பொருந்தாததால், பாரத மாதாவைத் தேர்ந்தெடுத்தது. அவரின் இடிபஸ் உரிமை வெளிப்பாட்டுக்கான வழியாக விடுதலைப் போர் அமைந்தது. இதிலும் நிறைவாகவில்லை. விளைவு, போதைப் பழக்கம். புதுச்சேரி குள்ளச் சாமியார் மூலமாக இந்தப் பழக்கத்துக்கு ஆளானார். உண்மையில் இந்தப் பழக்கத்துக்குப் பாரதியாரின் நனவிலி வேட்கைத் தோல்வியே காரணம். குள்ளச் சாமியார் ஒரு தூண்டுகோல்.

உளப்பகுப்பாய்வுப்படி, போதைப் பழக்கம் தன்மோக நிலையைக் குறிக்கும். அதாவது, சுய இன்ப நிலையாகும். இந்தத் தன்மோகமானது இருநிலை மோகங்களில் ஒன்று. பாலியல் வேட்கையின் முதன்மை நோக்கம் புறநிலை மோகமாகும். குறிப்பாக, எதிர்ப்பாலினம் நோக்கியதாகும். இது இயற்கை. ஆனால், மனிதனின் செயற்கை வாழ்வில் இந்த மோகத்தின் மீது பல தடைகள் உள்ளன. குறிப்பாக, சூபர் ஈகோ உருவாகின்ற காலக் கட்டத்தில் (இடிபஸ் கட்டம்) தடையும் அமுக்கமும் தொடங்கிவிடுகின்றன. அதனால், பாலியல்பு திரிந்துவிடுகின்றது. அகநிலையின் பால் விருப்பத்தை அல்லது காதலைப் புறநிலை மீது ஈகோ வெளிப்படுத்த முடியாத போது, அதைத் தன்னிலைக்குத் திருப்பிக் கொள்கின்றது. சூபர் ஈகோவின் அமுக்கம் அல்லது புறநபரின் ஒதுக்கம் காரணமாக அந்தப் புறமோகமானது தன்மோகமாக மாற்றுருவாக்கமாகிவிடுகின்றது. இப்படித்தான் தன்மோக நிலைக்கு ஈகோ ஆளாகிவிடுகின்றது.

ஈகோவின் இந்தத் தன்மோகச் செயல்பாடு குழந்தைப் பருவத்திலிருந்தே தொடங்கிவிடுகின்றது. குறிப்பாக, வாய்ப் பருவத்திலேயே செயல்பட வந்துவிடுகின்றது. தாய் மார்பகத்தைச் சூப்புகின்றபோது பெறுகின்ற இன்பம் கிட்டாத போது, தனது விரலைச் சூப்பும் குழந்தைகளைக் காணலாம். இது, பாலுக்காக அன்றிச் சூப்புதல் மூலமாகப் பெறுகின்ற இன்பத்துக்கானது என்பதைக் புரிந்துகொள்ள வேண்டும். அதனால், பால் மாந்துவது பசிக்காக மட்டுமின்றி வாய் மோகத்திற்காகவும் நடத்தப்படுகின்றது. இது, சுய இன்பமாகும். தன்மோக நிலையின் ஓர் அம்சமாகும். இதன் நீட்சியே போதைப் பழக்கம்.

போதை என்பது தனக்குள்ளேயே தன்னைத்தானே மோகிக்கின்ற மோனநிலை. இது, புறநிலை மோகம் கைக் கூடாதபோது அல்லது முழுநிறைவு காணாத போது ஏற்படுகின்ற பிறழ்நிலை. காரணம், மோகத்துக்குப் புறநிலை உறவு முதன்மையாகத் தேவை. சமூக மனிதரிடம் இதற்கான வாய்ப்புகள் மிகக் குறைவு. அதனால்தான், மனிதப் பாலியல் வாழ்வு பலப்பல திரிபுகளுக்கு ஆளாகின்றது. கனவு முதல் அறிவியல் வரை அனைத்திலும் இத்தகு திரிபுருவாக்கங்கள் நடக்கின்றன. இன்பம் காண்கிற அனைத்தும் (பணம், பதவி, சொத்து, கலையின்பம்) பாலியல் திரிபுருவாக்கங்களாகும். இதனுள் போதைப் பழக்கம் ஒன்று. இது, முழுமைக்கும் தன்மோகநிலையாகும்.

பாரதியாரிடம் இந்த நிலை இருந்துள்ளது. அவரிடம் கொஞ்சம் ‘ஈகோ’ வலிமையாக இருப்பது கண்கூடு. *‘காலா! உனை நான் சிறு புல்லென மதிக்கிறேன்; என்தன் காலருகே வாடா! சற்றே உனை மிதிக்கிறேன்’.* இந்த ‘நான்’ அகங்காரம் எனும் ஈகோ ஆகும். அதீத தன்னம்பிக்கையும் இதனுள் அடங்கும். உளப்பகுப்பாய்வு நோக்கில் இவை தன்மோக நிலையைக் குறிக்கும். அதாவது, நார்சிசத்தின் ஓரம்சம் ஈகோயிசம். இது, காதல் கைக்கூடாததால் ஏற்பட்ட நிலையாகும். காதல் தோல்வி ஈகோவைச் சாய்த்துவிடும் (தமிழ் ஒளி) அல்லது உயர்த்திவிடும் (பாரதியார்).

V

முன்பே கூறியபடி, பாரதியாரின் நனவிலி இடிபஸ் காதலின் மாற்றுருவாக்கமே இந்தப் பிள்ளைக் காதல். இது, இனக் கவர்ச்சி போலத் தெரிந்தாலும் இதனுள் உள்ளப் புணர்ச்சி மேலோங்கி உள்ளது. அதனால்தான், அந்தக் காதலை எளிதில் கடக்க முடியாமல் பாரதியார் தேங்கி விடுகிறார். அதைப் பதிவும் செய்கிறார். நனவு நிலையில் கடந்து வந்தாலும் நனவிலியிலிருந்து அது அவரை இயக்கிய வண்ணம் இருந்தது. உண்மையில், இடிபஸ் காதல்தான் இந்தப் பிள்ளைக் காதலுக்கு ஆதாரம். அந்த இடிபஸ் இழப்புதான் பிள்ளைக் காதலைத் தோற்றுவித்தது. இதில் நிறைவின்மை ஏற்பட, தேசப்பற்று உருவானது. அதிலும் நிறைவு காண முடியவில்லை. போதைப் பழக்கம் ஏற்பட்டது. இதிலும் முழுமை காணவில்லை. அதனால், ஆன்மீகம் வந்தார்.

இப்படி பாரதியாரின் உளவாழ்வு இடிபஸ் நிலையிலிருந்து தடம் மாறிக் கொண்டிருந்தது. அந்தளவுக்கு இடிபஸ் காதல் அவரின் உள்ளத்தில் பாதிப்பை/ வலியை ஏற்படுத்தியிருந்தது. இது, நனவிலியில் இருந்து நனவைச் செயற்படுத்துவதால், அவ்வளவு எளிதில் புரிந்துகொள்ள வாய்ப்பில்லை. நனவிலியில் இருந்து வரும் நமது கனவை நம்மால் புரிந்துகொள்ள முடியாமல் தவிக்கிறோம். அப்படித்தான் பாரதியாரின் கனவு எனும் கவிதை.

இப்போது முக்கியமான கட்டத்துக்கு வருகிறோம். கனவு எனும் கவிதையைக் கனவுக் பகுப்பாய்வு செய்து பார்த்தால் இன்னும் கூடுதலான உளவியல்புகளைப் புரிந்துகொள்ளலாம். அனைவருக்கும் பொதுவானது கனவு. இந்தக் கனவுப் பகுப்பாய்வு அனைவருக்குமானது. நமது கனவைப் பாரதியாரின் கனவு மூலம் புரிந்துகொள்ளலாம். இனி, அந்தக் கனவுக்குள் நுழைவோம். ‘வாழ்வு முற்றும் கனவு’ என்று அந்தக் கவிதையைத் தொடங்குகிறார். இது வியப்பு. காரணம், வாழ்வின் ஓரங்கம் உள வாழ்வு. உள வாழ்வின் ஓரங்கம் நனவிலி வாழ்வு. நனவிலி வாழ்வின் ஓரங்கம் கனவு. இதுதான் ஃப்ராய்டியம் உணர்த்துகின்ற பாடம்.

மாறாக, வாழ்க்கையைக் கனவாகக் காண்கிறார் பாரதியார். உளவியல் வழியில் மனித வாழ்க்கையைக் கனவு என்று

சொன்னவர் லக்கான். அவருக்கு முன்பே சித்தர் மரபு (பட்டினத்தார்) கூறியிருக்கிறது. நனவிலியைக் கூட ஆன்மா/ கர்மா/ ஊழ் எனும் பெயரில் இந்தியத் தத்துவமே முதலில் கண்டுள்ளது. ஃப்ராய்டை நனவிலிக் கண்டறிஞர் என்பர். ஆனால், ஃப்ராய்டுக்கு முன்பே நனவிலியை இந்திய ஞானிகள் ஆன்மீகம் என்ற மரபில் கண்டுள்ளனர்.

இது ஒருபக்கம் இருக்க, கனவு எனும் கவிதையைக் கனவாகப் பார்த்தால் என்ன பொருண்மை தரும் என்பதைக் காண்போம். கனவு குறித்த சொல்லாடல்கள் அன்றைய தத்துவம் முதல் இன்றைய அறிவியல் வரை பல உள்ளன. அவற்றுள் ஃப்ராய்டின் 'கனவுகளின் விளக்கம்' ஒரு மைல்கல். கனவை அறிவியல் முறைப்படி புரிந்துகொள்கின்ற அணுகுமுறையை அதில் நமக்கு வழங்குகிறார். இந்த நூல், சிந்தனை உலகைப் புரட்டிப் போட்ட நூல்களில் ஒன்று.

தனது நோயாளிகள் தாமே முன்வந்து தாம் கண்ட விசித்திரமான கனவைக் கூறி விளக்கம் கேட்டனர். இந்தக் கனவு நனவிலியின் நேரடியான வெளிப்பாடு என்பதை அறிந்து கனவுப் பகுப்பாய்வில் இறங்கினார் ஃப்ராய்ட். உறவினர்கள், நண்பர்கள், நோயாளிகள் விவரித்த கனவுகளையும் சொந்தக் கனவுகளையும் பகுப்பாய்வு செய்ய முனைந்தார். பல நூறு கனவுகள் கொண்டு கனவின் ரகசியங்களை அம்பலப்படுத்தினார். 'கனவு என்பது நனவிலிக்கான ராஜபாட்டை' என அறிந்து கொண்டார் (Quinodoz, 36). குறிப்பாக, நனவிலியில் அமுக்கப்பட்ட வேட்கைகள் தம்மை நிறைவுபடுத்திக் கொள்ள வேண்டிக் கனவு வழியைத் தகவமைத்துக் கொள்கிறது என்றார். அதனால், 'அமுக்கப்பட்ட விருப்பங்களின் புனைவேட வெளிப்பாடே கனவு' என்கிற ஒரு வரியில் முடிவுரைத்தார் (Sulloway, 320). இதைத்தான்,

> கனவினான் உண்டாகும் காமம் நனவினான்
> நல்காரை நாடித் தரற்கு.

என்று திருவள்ளுவர் அன்றே கண்டுள்ளார். மெய்ம்மையில் விருப்பங்கள் நிறைவேறவில்லையென்றால் 'கனவாகிப் போனது' என்று நாம் சொல்லுவோம். பாரதியாரின் கனவும் நிறைவேறாத விருப்பத்தின் வெளிப்பாடு என்றாகிறது. இந்தக்

கனவில் பிள்ளைக் காதல், ஆங்கிலக் கல்வி, திருமணம், தந்தை மரணம் ஆகிய பகுதிகள் உள்ளன. என்றாலும், நிறைவேறாத காதலே ஆதாரம். ஏனென்றால், இதுதான் கனவாகிப் போனது. அதனால், காதலைக் கொண்டுதான் பிறவற்றைப் புரிந்து கொள்ள முடியும். இந்தக் காதல்தான் இந்தக் கவிதையின் மையப் பொருள்.

முதலில் கனவைப் புரிந்து கொள்வோம். பிறகு, பாரதியாரின் கனவை அறிந்து கொள்வோம். கனவு என்பது நனவிலி வேட்கையின் மாற்றுருவாக்கம் ஆகும். அந்த வேட்கை தம்மை நேரடியாக வெளிப்பட இயலாத நிலையில் நனவு அறியாத வண்ணம் புனைவேடம் கொண்டு வெளிப்படும். அப்படி வெளிப்படும்போது கனவுத் தொழில்களான உறைவு (condensation), இடப்பெயர்வு (displacement) ஆகிய இரண்டு உத்திகள் வழியில் வெளிப்படும். இவற்றுடன் குறியீட்டாக்கம் (symbolisation), இரண்டாம் நிலை விரிவாக்கம் (secondary elabortion) நாடகமாக்கம் (dramatisation), மறைமுகப் பிரதிமை (indirect representation) முதலிய உத்திகளைக் கனவு வெளிப்பாட்டின்போது நனவிலி மேற்கொள்கின்றது. இருப்பினும், மேற்கூறிய உறைவும் இடப்பெயர்வும் முதன்மையாகின்றன. அதனால், இவை நனவிலியின் முதல்நிலைப் படிமுறைகள் (primary processes) என்கிறார் ஃப்ராய்ட்.

உறைவு என்பது ஒரு கனவுப் படிமத்தில் ஒன்றுக்கு மேற்பட்ட எண்ணங்கள் அல்லது வேட்கைகள் பொதிந்து வெளிப்படுகின்ற தன்மையைக் குறிக்கும். 'ஒன்றில் பல' என்பது இதன் இலக்கணம். சான்றாக, காமதேனு ஓவியம். இதில் பெண், பசு, மயில் முதலியவற்றின் கூட்டுநிலையைக் காணலாம். எனில், மூன்று எண்ணங்களின் உறைவு நிலை இதில் வெளிப்பட்டுள்ளது. கனவுப் படிமம் ஒவ்வொன்றிலும் இந்தத் தன்மையைக் காணலாம்.

அடுத்து, இடப்பெயர்வு. இது, ஒன்றுக்கு மாற்றாக இன்னொன்று வருவதாகும். அப்படி வரும் பட்சத்தில் மூலப்படிமத்துக்கு நெருக்கமான பண்பு கொண்ட இன்னொன்று வர வேண்டும். தொடர்பற்ற படிமம் அல்லது உரு இடப்பெயர்வுக்கு உள்ளாகாது. இங்கே 'பலவற்றில் ஒன்று' நடக்கிறது. அந்தப்

பலவற்றின் கருப்பொருளாக ஒன்று இருக்கும். அதுதான், மூலப்படிவத்தின் அம்சமாகும். பல அம்சங்களுள் ஒன்றோ அல்லது சிலவோ இருக்கலாம். சான்றாக, பிடித்தமான நடிகர் அல்லது நடிகை சாயலில் உள்ள ஒரு நபரை ஒருவர் ரசிக்கலாம் அல்லது ஈர்க்கப்பட்டுக் காதலில் விழலாம். அதை நாம் நனவிலேயே அறிவோம். ஆனால், அந்த நடிகர் அல்லது நடிகை உரு நனவிலிக்குள் இருக்கின்ற ஏதோ ஒருவரின் அம்சம் இருந்திருக்கும். அதனால், நடிகர், காதலர் எல்லாம் நனவிலிப் படிமத்தின் இடப்பெயர்வுகள் ஆகும்.

கனவில் வெளிப்படுகின்ற ஒரு படிமத்தில் உறைவு அல்லது இடப்பெயர்வு படிமுறைகள் நடந்திருக்கும். இரண்டும் சேர்ந்து செயல்பட்டிருக்கும். வாழ்க்கை ஒரு கனவு என்றால் அதில் வரும் காதல் நபர் மிக நிச்சயமாக ஒரு கனவுப் படிமம் என்பதில் ஐயமில்லை. பாரதியாரின் காதலி அவரின் கனவு நாயகி. இவள் நனவிலி சாயலில் இருந்ததால் நனவு அறியாத நிலையில் ஈர்ப்பு செய்கிறாள். அதேபோல், இவள் மீது கொண்ட காதல்கூட நனவிலிக் காதலின் அம்சமாக உள்ளது. இந்த இரண்டையும் விளங்கிக் கொள்ள வேண்டும்.

இந்தப் பிள்ளைக் காதலி, தாயின் இடப்பெயர்வு என்பதை அவரின் வரிகளிலேயே புரிந்து கொள்ளலாம். தாயின் இழப்பை இந்தக் கவிதையில் பதிவு செய்கிறார். இது, நனவு நிலையில் திட்டமிட்டு செய்யவில்லை. நனவிலியில் இருந்து தானாக வந்துள்ளது. முன்பே கூறியபடி, கவிதையை ஃப்ராய்ட் இராக் கனவுடன் இணைத்துப் பேசுவார் ஃப்ராய்ட். காரணம், உளவியல் ஆழமும் அழுத்தமும் இவ்விரண்டிலும் உள்ளன. ஆழ்நிலைக்குச் சென்றாலன்றி நல்ல கவிதை வராது. கிட்டத்தட்ட கனவு அனுபவத்தைத் தருகின்ற கவிதை உயர்ந்து நிற்கும். பாரதியாரின் பலப்பலக் கவிதைகள் அப்படிப்பட்டவை. அதனால்தான், அவர் நனவிலிக் கவிஞராகத் திகழ்ந்து உயரத்தில் இருக்கிறார்.

உரைநடைக்கு நனவடங்கு அளவிற் சென்றாலே போதும். மாறாக, கவிதை நடைக்கு ஆழ்நிலைத் தியானம் போல உள்ளம் அமர வேண்டும். அப்படி அமரும் பட்சத்தில் நனவிலி எண்ணங்கள் தொடர்நிலைப் படிமங்களாக வெளிவந்த வண்ணம் இருக்கும். (பாரதியாரின் வசன கவிதையில் இரண்டும் கலந்துள்ளன).

இப்படித்தான், கனவுக் கவிதையில் காதலைத் தொட்ட பாரதியார் மனம் அடுத்தடுத்து ஆங்கிலக் கல்வி, தந்தை, தத்துவம் எனப் படிமங்கள் தொடர்ந்து வந்துள்ளன. இது, நனவிலி ஓடை (stream of unconsciousness) வகையிலானது.

இலக்கிய உத்திகளில் நனவோடை, நனவிலியோடை என உளம்சார் உத்திகள் இரண்டு உள்ளன. இரண்டையும் ஈகோவே செய்கிறது. முன்னதை நனவு ஈகோவும் பின்னதை நனவிலி ஈகோவும் பெரும்பங்கு கொள்கின்றன. நனவோடை என்பது நனவடங்கு படிமங்களின் தொடரை வெளிப்படுத்துவது. நனவிலியோடை என்பது நனவிலி எண்ணங்களின் தொடரை வெளிப்படுத்துவது. இவ்விரண்டுக்கும் ஆதாரமாக நனவிலி உள்ளது என்பதில் ஐயமில்லை. நனவோடையில் நனவிலி வெளிப்படையாகத் தெரியாது. எல்லாம் உயர்வழிப்படுத்தப்பட்ட சமூகச் செயற்பாடுகள் போலத் தெரியும். நனவிலியோடையில் கொஞ்சம் ஊகித்தால் புலப்படும். தனித்துவமாக இருக்கும். வாசகரின் நனவிலியைத் தொட்டுவிடும். காரணம், தணிக்கைக் குறைந்த நிலையில் (censorship) நனவிலி எண்ணங்கள் இதில் வெளிப்படும். அப்படித்தான் கனவுக் கவிதையில் வெளிப்பட்டுள்ளது. கனவு ஒரு திரைப்படம் போன்றது. அதில் தணிக்கை உள்ளது. அதனால்தான், படிமங்கள் பூடகமாக உள்ளன.

பெரும்பாலும், கவிதையில் நனவிலியோடையும் நாவல் சிறுகதையில் நனவோடையும் இயல்பில் வரும். காரணம், கவிதையில் இருண்மை மிகுந்தும் கதையில் இருண்மை குறைந்தும் வருவதைக் காணலாம். இதை மொழிநடையே தீர்மானிக்கின்றது. சில கவிதைகளில் இருண்மை குறைந்தும் (பாரதியாரின் வசன கவிதை) கதைகளில் இருண்மை மிகுந்தும் (புதுமைப்பித்தனின் *கபாடபுரம்*) வருவதுண்டு. கவித்துவமான கதையையும் உரைத்துவமான கவிதையையும் நம்மால் அடையாளம் காண முடியும். அந்த நிலையில் ஓடை உத்திகள் மாறி அமைவதுண்டு. அதனால், ஓர் இலக்கியத் தன்மையைக் கொண்டுதான் ஓடை உத்தியை அளவிட முடியும். பாரதியார் கனவுக் கவிதை நனவிலியோடை வழிப்பட்டது என்பதில் ஐயமில்லை.

இனி, நனவிலியோடைக்கு வருவோம். முன்பே கூறியபடி, இது ஆழ்ந்த கவித்துவத்தின் ஓர் அம்சமாகும். இதில் இருண்மை அளவுக்கு நனவிலி எழுத்துகள் இருக்கும். கனவு போல ஆழமான தாக்கத்தை ஏற்படுத்தும். அதனால், இதைக் கனவோடை (சர்ரியலிசம்) உத்தியின் கீழ் வைப்பதுண்டு. கனவோடை என்பது நனவிலிப் புனைவாகும். இதை உருவாக்கியது சல்வடோர் டாலி (Salvador Dali) ஆந்தர் ப்ரேடன் (Andre Breton) முதலியோர் என்றாலும் இது ஃப்ராய்டின் கனவுக் கோட்பாட்டுத் தாக்கத்தின் வழியில் கண்ட உத்திமுறையாகும். அப்போது இவர்கள் திட்டமிட்டு இவ்வாறு படைத்தனர். ஆனால், காலங்காலமாகச் சில படைப்பாளிகள் தம்மை அறியாமல் இப்படி சர்ரியலிசத் தனமாகப் படைத்துள்ளனர். இதற்குப் புதுமைப்பித்தனின் *'கபாடபுரம்'* சான்று. ஆங்கிலத்தில் கோல்ட்ரிச் எழுதிய *'குப்லா கான்'* சான்று. கவனமாக வாசித்தால் சங்க இலக்கியங்கள், காப்பியங்கள் உள்ளேயும் ஆங்காங்கே உய்த்தறிய முடியும்.

பாரதியாரிடமும் இப்படியான படைப்புகள் வந்துள்ளன. புதுவையில் இருக்கும்போது நண்பர்களுடன் பேசிக் கொண்டிருப்பார். திடீரென தாள்களை எடுத்து கவிதைகளை எழுதிவிட்டு எறிந்துவிட்டுச் சென்றுவிடுவார். நண்பர்கள் அவற்றை எடுத்து வரிசைப்படுத்தி அடுத்தநாள் பாரதியாருக்குக் காட்டுவர். அதைப் பார்த்து, 'நல்ல ா இருக்கு யார் எழுதினது' என்று வினவ, நீங்கள் தான் என்று கூற, வியப்பார். இப்படியொரு வாழ்க்கைக் குறிப்பு உள்ளது. எனில், தன்னிலை மறந்து கவிப் புனையும் இயல்பு பாரதியாரிடம் இருந்தது.

நனவற்ற நிலைக்குச் சென்றாலொழிய இப்படிப் படைக்க முடியாது. அந்தத் திறன் கொஞ்சமாவது ஒவ்வொரு கவிதையிலும் இருக்கும் என்பதில் ஐயமில்லை. அவற்றுள் கனவுக் கவிதை ஒன்று. இதனுள் கனவுப் புனைவாக்கம் இருக்கவே செய்கிறது. அதனால்தான், எங்கோ தொடங்கி எங்கோ முடிகிறது. (கோணங்கியின் *பாழி* இப்படியான கனவோடைப் படைப்பு).

இந்தக் கனவோடை வழி வந்த கனவுக் கவிதையில் உள்ள கனவு அம்சங்களைக் காண்போம். முதலில் உறைவு. இது சுருக்கம் போன்றது. சுருங்கச் சொல்லி விளங்க வைத்தல் என்பது கவிதை. அதனால், கவிதையே உறைவு உத்திமுறை வெளிப்பாடாகும்.

பழமொழிகள் யாவும் உறைவு சார்ந்தவை. பொதுவில், நல்ல கவிதை உறைவின் அம்சம் என்றாலும் அதனுள் வருகின்ற படிமங்கள் உறைவுத் தொழிலால் விளைபவை என்பதை அடையாளம் காண வேண்டும். கனவுக் கவிதையில் வரும் காதலியிடம் உறைவு உள்ளது. அவள் மீது இருப்பது பருவக் காதல் மட்டுமின்றிக் குழந்தைப் பருவக் 'காதல் வயம்' என்கிற உளநிலையும் பொதிந்துள்ளது.

ஃப்ராய்ட் கண்ட முக்கியக் கருத்தாக்கங்களுள் காதல் வயநிலை (being-in-love) ஒன்று. இது, குழந்தைப் பருவத்தில் தாயின் அரவணைப்பில் இருக்கும்போது கண்ட சுகத்தைக் குறிக்கும். இது ஒருவகையில் 'ஹிப்னாடிசம்' போன்றது என்பார் ஃப்ராய்ட் (Quinodoz, 199). குழந்தைக்கு இந்த அனுபவம் ஒரு வயதில் நடக்கிறது. இந்தச் சுகத்தில் லயித்த குழந்தை மனம், அந்த நிலையிலேயே என்றென்றும் இருக்க வேண்டுமென விருப்பம் கொள்கிறது. அதனால்தான், தாய்ப் பிரிவின்போது பதறுகிறது.

மற்ற உறவுகளைக் காட்டிலும் தாயின் அன்பே குழந்தையை ஈர்க்கிறது. அதற்குத் தாயின் பணிவிடை முக்கியக் காரணம். தன்னைப் பல நிலைகளில் அரவணைத்துப் பராமரிக்கின்ற அந்த உறவு, வேறு எந்த உறவுடனும் ஒப்பிட முடியாது. குறிப்பாகப் பாலுட்டுகின்ற போது ஏற்படுகின்ற உள நெருக்கமானது உடல் நெருக்கத்திலிருந்து உள நெருக்கத்துக்கு இடம் பெயர்வதாகும். அதனால்தான், தாயின் காதல் வயத்தில் இருக்கக் குழந்தை நாட்டம் கொள்கிறது. பக்கத்தில் தாய் இருந்தாலும் அவள் மடியில் இருக்கவே விருப்பம் கொள்கிறது.

அவ்வேளையில், தாய் தருகின்ற அன்பு குழந்தைக்குக் காதலாகத் தெரிகிறது. இது காதலென்று குழந்தை அறியாது. எதிர்காலத்தில் இதே நெருக்கம் காட்டுகின்ற பெண் வந்தால், அது காதல் அம்சமாக அமைந்துவிடுகிறது. காரணம், இனம் புரியாத இன்பம். அதனால், இது வெறும் அன்பு மட்டுமின்றி அதற்கு அப்பாலான இன்புறு நிலை இதில் உள்ளது. இதுவே காதல். அதுவும் உளப்பூர்வக் காதல்.

இந்தக் காதல் வயத்திலே இருக்கக் குழந்தை மனம் விரும்புகிறது. அதற்காக அழுகிறது. அடம் பிடிக்கின்றது. இதில் தடை அல்லது துண்டிப்பு ஏற்படுமானால் அந்த ஏக்கம் வேட்கையாகிறது.

அந்தக் வேட்கை தன்னை நிறைவு செய்து கொள்ள மாற்று வழிகளைத் தேடுகின்றது. அதன் ஒரு வழி பருவக் காதலாகும். அஃறிணைக் காதல் இதன் நீட்சியாகும். தாய்வழிச் சமூகத்துக் காதல் இதன் அம்சமாகும். காரணம், இங்கே தாயின் அரவணைப்பு அனுபவங்கள் மட்டும் உள்ளன. தந்தைக்கு இடமில்லை.

தந்தை வழிச் சமூகத்துக் காதலில் முக்கோணக் காதலே நிலைக் கொள்கிறது. தந்தையின்றி இடிபஸ் நிலைக்கு வாய்ப்பில்லை. அதனால்தான், முன்னை இடிபஸ் நிலை, பின்னை இடிபஸ் நிலை என்று உள வாழ்வை இரண்டாகப் பகுக்கிறார் ஃப்ராய்ட். இவற்றில், முன்னது, தாய் வழிச் சமூகத்துக்கும் பின்னது, தந்தை வழிச் சமூகத்துக்கும் இயைபாகின்றன. (இதன் விளக்கம் எனது 'தீண்டாமை நனவிலி' நூலில் உள்ளது).

இன்றைய சமூகம் தந்தை வழியிலானது என்பதால், பிளவுண்ட மனக் காதலே மனிதனுக்கு வாய்க்கும். ஆணுக்குத் தந்தை, பெண்ணுக்குத் தாய் எதிராக வந்துவிடுகின்றனர். இந்த இடிபஸ் காதல் மனிதனின் அடிப்படைக் காதலாகிறது. இருப்பினும், இந்தக் காதலில் இடிபஸ் நிலைக்கு முன்னுள்ள நிலையும் சேர்கின்றது. காரணம், முதல் நிலையைக் கடந்துதான் இரண்டாம் நிலைக்கு மனம் வருகிறது. எனவே. மனிதக் காதல் ஒரு கலவைக் காதல். முன்னை இடிபஸ் நிலையில் இருந்த காதல் வையமும் இடிபஸ் நிலையில் இருந்த காதல் உருவும் பின்னை இடிபஸ் நிலையில் வரும் காதலில் இணைந்து, ஒரு புதிய உணர்வை ஏற்படுத்துகின்றன. இதுதான், உள்ளப் புணர்ச்சிக் காதலின் சிறப்பம்சம்.

மேற்கண்ட விளக்கங்கள் நோக்கில், பாரதியாரின் பருவக் காதலியானவள் இடிபஸ் நிலைக் காதலி மட்டுமல்ல. காதல் வயநிலையின் அம்சமும் கொண்டவள் என்பது தெளிவு. அதாவது, இவள் இடிபஸ் நிலையில் மாற்றுருவாக்கம் மட்டுமின்றி அதற்கு முன்பிலான காதல் வயநிலையின் அம்சமாகவும் இருக்கின்றாள். பாரதியாரின் தாய்ப் பிரிவு இந்த இரண்டு நிலைகளிலும் பாதிப்பை ஏற்படுத்திவிடுகிறது. அதன் உறைவு நிலையை இந்தக் காதலி உருவில் காண முடிகிறது.

அடுத்து, இடப்பெயர்வு. இந்தக் காதலி இடிபஸ் காதலி என்பதில் ஐயமில்லை. தாய் மீதன்ன உளப்பூர்வமான காதல் தாய்ப்

பிரிவுக்குப் பிறகு, பிள்ளைக் காதலியாக இடப் பெயர்வாகின்றது. ஓர் உணர்வு (காதல்) ஒன்றிலிருந்து இன்னொன்றுக்கு இடம் மாறுவது இடப்பெயர்வு ஆகும். பக்தி உணர்வு நாயக நாயகி பாவத்தில் காதல் உணர்வாக இடப் பெயர்வு ஆவதைத் தமிழில் காணலாம். அதேபோல், ஒரே உணர்வு (காதல்) ஒரு படிமத்திலிருந்து (தாய்) இன்னொரு படிமத்தின் மீது (காதலி) இடம் பெயர்வதும் நடக்கிறது. இப்படித்தான் பாரதியாரின் இடிபஸ் காதல் அந்தக் காதலி மீது விழுகிறது. இது முதற் இடப்பெயர்வு.

இதைத் தொடர்ந்து, இந்தக் காதல் உணர்வானது தாய்மொழி பற்றில் இடம் பெயர்கிறது. தொடர்ந்து, பாரத மாதா மீது விழுகிறது. இறுதியில், கண்ணம்மா மீது அமைகிறது. இதனிடே தந்தை வெறுப்பும் வருகிறது. ஆண் மனத்தில் தந்தை வெறுப்பும் பெண் மனதில் தாய் வெறுப்பும் தொன்மை உணர்வுகளாகும். காரணம், தந்தைவழிச் சமூகம் தொட்டே இவை தொடர்கின்றன. இவற்றில், ஆணின் தந்தைப் பகைமை வீரியம் மிக்கது. பெண்ணின் தாய்ப் பகைமை மேம்போக்கானது. காரணம், இருபால் குழந்தைகளுக்கும் பிறப்பிலிருந்து தாய் நெருக்கமாக இருக்கிறாள். இடிபஸ் கட்டத்தில் ஆண் மனத்தில் தாய் தொடர, பெண் மனத்தில் தந்தை வந்து அமர்கிறார். அதனால், பெண் இடிபஸ் விட ஆண் இடிபஸ் வீரியம் மிக்கது.

ஆண் சார்ந்த இடிபஸ் கதையில் தந்தைப் பகை வருகிறது. அம்மா போல மனைவி வேண்டும் விநாயகர் புராணத்தில் சிவனுடன் வினாயகர் சண்டையிடுவது வருகிறது. தி.ஜா. கதைகளில் (அம்மா வந்தாள்) ஜெயகாந்தன் கதைகளில் (ரிஷிமூலம்) தந்தை வெறுப்பு ஆழமாக உள்ளது. அந்த வரிசையில் பாரதியாரின் தந்தை வெறுப்பு ஆங்கில வெறுப்பாக வந்துள்ளது. ஆங்கிலம் என்பது தந்தையின் விருப்பம். அதனால், இது தந்தையின் குறியீடாக உள்ளது. பாரதியாரின் தந்தை வெறுப்புணர்ச்சி ஆங்கிலத்தை வெறுப்பதாக இடம் பெயர்ந்திருப்பதைக் காண முடிகிறது.

பத்து வயது பாரதியார் தமிழ்ப் பற்றாளர் ஆவதற்கு முன்பே ஆங்கில வெறுப்புக் கொள்கிறார். காரணம், தந்தை வெறுப்பு. தந்தைதான் ஆங்கிலத்தைப் படிக்கக் கட்டாயப் படுத்துகிறார்.

ஆங்கில வெறுப்புக்கு அடிப்படையாக இருந்தது காதல். இந்தக் காதல் உறவில் பிளவு ஏற்படுத்துகின்ற விதமாக ஆங்கிலம் வருகிறது. அதுவும் தந்தை வழியில் வருகிறது. அதனால், பாரதியார் மனத்தில் ஆங்கிலமும் தந்தையும் பரஸ்பரப் பிரதிநிதியாகின்றனர். அதனால், தந்தை வெறுப்பு இங்கே ஆங்கில வெறுப்பாக இடப்பெயர்வாகிறது.

மேற்கண்ட விளக்கங்கள்படி, தந்தை வெறுப்பின் நீட்சியாக ஆங்கில வெறுப்பு உண்டாகிறது. அடுத்தக் கட்டமாக, ஆங்கிலேயர் வெறுப்பு வருகிறது. இங்கே, ஆங்கிலமும், ஆங்கிலேயரும் தந்தையின் குறியீடுகள் என ஃப்ராய்டிய நோக்கில் புரிந்து கொள்ளலாம். குறியீட்டாக்கம் பற்றி ஃப்ராய்ட் கூறும்போது, தனியர் மனநிலைக்கு உரியது என்பார். சான்றாக, ஆங்கில மொழி ஆங்கிலேயரின் தாய். தமிழ் மொழி தமிழரின் தாய். மேலும், இந்தத் தாய் உணர்வு அனைவரிடமும் ஒரே தன்மையில் இருக்கும் என்று சொல்ல முடியாது. இங்கே, தமிழர் அனைவரும் தமிழைத் தாயாகக் கருதுவதில்லை. அதேவேளை, பிற மொழியினரும் தாயாகக் கருதுவதைக் காணலாம். எனவே, உளப் பாங்கில் பொதுநிலையைவிடத் தனிநிலை முத்தாய்ப்பாக உள்ளது. பாரதியாரின் தமிழ்ப் பற்று அப்படிப்பட்டது. இதன் நீட்சியாகப் பாரத மாதா வருகிறாள். இங்கே, பாரதியாரின் பாரத மாதா துதி இடிபஸ் துதியாகிறது. இதன் ஆதாரமாக இருப்பது விடுதலை வேட்கையாகும். பாரதியார் என்றாலே தேசிய விடுதலை. அதனால்தான், அவர் தேசியக் கவி. இந்த இடத்தில் பாரதியாரின் விடுதலை வேட்கையில் இடிபஸ் முக்கோணம் அமைந்திருப்பதைக் காணலாம். அதாவது, பாரதியார் - ஆங்கிலேயர் - பாரத மாதா முனைகள் இதில் உள்ளன.

இப்போது இடிபஸ் முக்கோண அமைப்புக்கு வருவோம். ஃப்ராய்டைப் பொருத்தவரை, மனித உள்ளத்தின் அடிப்படை அமைப்பாக இந்த இடிபஸ் முக்கோணம் உள்ளது. காரணம், இது மரபணு வழியிலேயே கடத்தப்பட்டு வருகிறது. அதனால்தான், இதை யூங் மூலப்படிவமாகக் கொள்கிறார். லக்கான் இதை நனவிலி அமைப்பாகக் காண்கிறார். இந்த அமைப்பு எளிமையாகத் தெரிந்தாலும், உள இயக்காற்றல் வடிவின் சுருக்கம். இட், ஈகோ, சூபர் ஈகோ, முரண் அல்லது

பகை, பற்று அல்லது காதல் எல்லாம் கலந்த அமைப்பாக இது விளங்குகிறது.

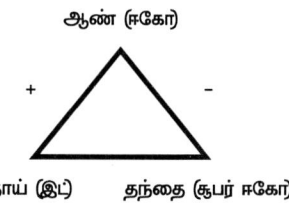

இது, ஆண் குழந்தை மனத்தில் உருவாகின்ற இடிபஸ் அமைப்பு ஆகும். இதை பெண் குழந்தைக்குப் பக்கவாட்டில் உள்ள +, - மட்டும் மாறி இருக்கும். மேலே இருப்பது ஆண் இடிபஸ் சிக்கல் அமைப்பு. இது பாரதியாரின் அடிப்படை அமைப்பு. லக்கான் நோக்கில் நனவிலி அமைப்பு. அது கீழ்க்கண்டவாறு உள்ளது:

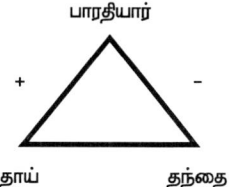

ஆண்கள் அனைவரின் அடிப்படை நனவிலி அமைப்பு இதுவே ஆகும். இதில் உள்ள இடிபஸ் விருப்பம் என்றென்றும் நிறைவு காணவியலாதது என்பதால், தொடர்ச்சியான இடப்பெயர்வுக்கு ஆளாகின்றது. பாரதியாரின் முதல் இடப்பெயர்வில் தாய்க்கு மாற்றாகக் காதலி வருகிறாள். அதனால், மேற்கண்ட அமைப்பில் தாய் இடத்தில் காதலி அமைகிறாள். இதில் உளத் தர்க்கம் உள்ளது. ஆனால், இந்த அமைப்பில் தந்தை ஏன் வரவேண்டும்? இதற்கும் ஒரு தர்க்கம் உள்ளது. அதாவது, தாயை அடைய விடாமல் உளத்தடை செய்யும் ஆள் தந்தை. அதாவது, இடிபஸ் காதலில் தடையை ஏற்படுத்துகின்ற ஆள், பிள்ளைக் காதலிலும் வருகின்றார்.

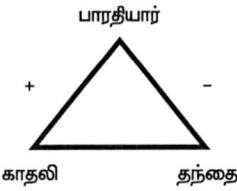

காதலுக்கு எதிரான தந்தை மீது வெறுப்புக் கூடுகின்றது. அதன் இன்னொரு வடிவம் ஆங்கில வெறுப்பு. அதனால், தமிழ் மீது பற்றுறுதி ஏற்படுகின்றது. அதன் இடப்பெயர்வு வடிவம்:

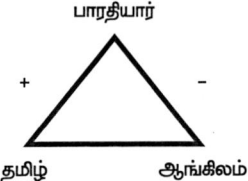

தந்தை மீதான வெறுப்பு ஆங்கில வெறுப்பாக வெளிப்பட்டு உள்ளது. இதன் விளைவாக, தமிழ்த்தாய் மீதான பற்று மறைமுகமாக உருவாகி, ஒரு கட்டத்தில் வெளிப்படையாகத் தெரிய வருகின்றது. அதன் வெளிப்பாடாகச் சில தமிழ் மொழியைப் போற்றும் கவிதைகள் வந்திருப்பதைக் காணலாம். இந்த முக்கோணத்தில் ஆங்கிலம் மீதான வெறுப்பை நேரடியாக ஆங்கிலேயர் மீது இடம் பெயர்ந்துவிடுகின்றது. ஆங்கிலேயர் வெறுப்பின் பின்னணியில் பாரத மாதா பற்று உள்ளது. இந்தப் பற்றின் பின்னணியில் தாய்ப் பற்று உள்ளது. எனவே, மேற்கண்ட அமைப்பு இடம் பெயர்ந்து இன்னொரு அமைப்பாகப் பரிணமிக்கிறது.

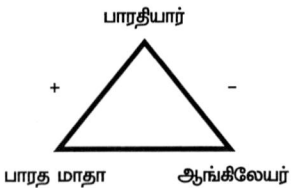

இது, இடப்பெயர்வுக்குள்ளான இன்னொரு இடிபஸ் அமைப்பாகும். முன்பே கூறியபடி, இடப்பெயர்வுக்கு உணர்வோ அல்லது உருவோ பொருந்தி இருக்க வேண்டும். குறிப்பாக,

உணர்வுப் பொருத்தம் அமையப் பெற வேண்டும். அந்த உணர்வே தகுந்த உருவைத் தானாக அமைத்துக் கொள்ளும்.

மேற்கண்ட அமைப்புப் பரிமாணங்களைக் கொண்டு சில முடிவுக்கு வரலாம். இடிபஸ் அமைப்பு மூல அமைப்பு. இதில் உள்ள காதல் நிறைவு காணாததால் பல இடப்பெயர்வுகளுக்கு ஆளாகின்றன. இதனுடே உறைவும் நிகழ்கின்றது. முதல் இடப்பெயர்வாகப் பிள்ளைக் காதல் வருகிறது. இதில், தந்தைதான் காதலியைப் பிரித்துவிடுகிறார். இதனால், தந்தை வெறுப்புக் கூடி வர, ஆங்கில வெறுப்பாக, ஆங்கிலேயர் வெறுப்பாக மாற்றுருவாகி விடுகின்றது. இதன் விளைவாக, விடுதலை வேட்கை உருவாகிறது. ஃப்ராய்டிய நோக்கில் இதில் இடிபஸ் வேட்கை உள்ளது.

இந்த விடுதலை வேட்கையில் தாய் நேசம், தந்தை வெறுப்பு ஆகிய இரண்டும் உறைவுத் தன்மையில் அமைந்திருப்பதைக் காணலாம். மேற்சொன்ன பிள்ளைக் காதல் என்பது இடிபஸ் காதலின் இடப்பெயர்வாகும். இடிபஸ் தோல்வியும் காதல் தோல்வியும் இல்லற நாட்டமின்மைக்கு ஆதாரமாகி விடுகின்றன. ஏற்கனவே சொன்னதுபோல், காதலியைக் கரம்பிடித்திருந்தால் அவரின் வாழ்க்கை வேறு பாதையில் அமைந்திருக்கும். நீண்ட காலம் இருந்திருப்பார். இலக்கியத்தில் இன்னும் பல சாதனைகள் புரிந்திருப்பார். நலம் மிக்க உளவாழ்வுடன் இருந்திருப்பார். மனிதனுக்கு நலமான உளவாழ்வு அவசியம். குறிப்பாக, நனவிலி நலவாழ்வு முக்கியம். காரணம், இதுதான், சமூக நலவாழ்வுக்கும் அடிப்படை.

VI

இப்போது முக்கிய முடிவான கட்டத்துக்கு வந்துவிட்டோம். இந்தக் காதலின் வித்து எது? வாய்ப் பருவம் என்கிறார் ஃப்ராய்ட். இதுதான் உளப் பாலியல் வளர்ச்சியின் முதற்படி. இங்கிருந்துதான் உளவாழ்வு தொடங்குகிறது. பெரும்பாலான உளச் செயற்பாடுகள் வாய் - மார்பக உறவுகளில் தொடங்கி விடுவதாக ஃப்ராய்ட் கூறுவார் (*Quinodoz*, 62). இந்தப் பருவத்தை முன் மாதிரியாகக் கொண்டுதான் பிற்காலத்திய பல அனுபவங்கள் நிகழ்கின்றன. அவற்றுள் காதலும் ஒன்று.

ஒரு வயதில் குழந்தை வாய்க்கும் தாய் மார்பகத்துக்கும் இடையிலான உறவில் காதல் மலர்கிறது. இங்கே நடப்பது உணர்வெழுமிக்க உறவாகும். இதில் காதல் அம்சம் உள்ளது. இனம்புரியாத இன்பம், கட்டற்ற பிணைப்பு, என்றும் கூடவே இருக்க வேண்டும் என்கிற எதிர்பார்ப்பு, பிரிந்தால் பதற்றம் எனக் காதல் உறவில் ஏற்படுகின்ற அம்சங்கள் எல்லாம் ஒரு வயது வாய் மோகத்திலேயே அனுபவித்து விடுகின்றது. எதிர்காலத்தில் காதல் உறவில் மீண்டும் இவை நடக்கின்றன.

வாய்ப் பருவத்தில் முக்கிய உள மாற்றம் ஒன்று நிகழ்கின்றது. மார்பகத்தின் மீதான குழந்தையின் பிணைப்பு அந்தத் தாய் மீது விரிவடைகிறது என்கிறார் ஃப்ராய்ட். இந்த வயதில் தாயின் நெருக்கத்தை அந்த மார்பகமே ஏற்படுத்துகின்றது. தொடக்கத்தில் மார்பகமானது பகுதிப் புறநிலை (part-object) என்கிற இருப்பில் இருந்தது. அதாவது, தன்னையும் மார்பகத்தையும் பிரித்துணரா நிலையில் உறவுகள் நடக்கின்றன. சில மாதங்களுக்குப் பிறகு, அந்த மார்பகம் தாயின் அங்கம் எனத் தெரிய வந்ததும் தாயை முழுமையான புறநிலையாக அறிந்தேற்க வருகிறது. இப்போதுதான் புறநிலை உறவு (object relation) நடக்கத் தொடங்குகிறது.

இந்தக் கட்டத்தில் மார்பக நெருக்கம் படிமலர்ந்து தாய் நெருக்கமாக அமைந்துவிடுகின்றது. எனவே, இந்தத் தாய்ப் பிணைப்புக்கு அடிப்படை மார்பகப் பிணைப்பாகும். அதனால், குழந்தையின் முதல் காதல் பொருள் மார்பகம் என்றால், அந்தத் தாய் குழந்தையின் முதல் காதல் நபர் என்கிறார் ஃப்ராய்ட் (Freud, 9, 31, 34). இந்த நெருக்கத்தில் காதலுடன் தற்காப்புணர்ச்சியும் இணைந்து விடுகின்றது. ஒரு பாதுகாப்பு உணர்வு கொள்கிறது. அதனால்தான், தாய்ப் பிரிவில் குழந்தைப் பதற்றமாகின்றது.

காதல் என்பது ஒருவிதத்தில் பாதுகாப்பு உணர்வின் ஒரு நிலை. இதனுள் இருப்பது பாலின்ப நிலை. தாயுடனான உணர்வில் ஏற்படுகின்ற நிறைவின்மை காதலைத் தேடுகிறது. அனைவரிடத்திலும் இந்த நிறைவின்மை இருக்கும். இதன் அளவையும் ஆழத்தையும் பொருத்துக் காதல் நாட்டமிருக்கும். இது ஃப்ராய்டியப் பார்வை.

குழந்தைப் பருவத்தில் இழந்த உளப் பாலிய உறவை மறுபடியும் ஏற்படுத்திக் கொள்கின்ற முயற்சியாகக் காதல் உள்ளது. இதனுடே இடிபஸ் சிக்கல் இணைகிறது. காரணம், இடிபஸ் கட்டத்தில் உருவாகின்ற காதல் நிலை எதிர்காலத்தில் பால்குறிக் காதலாக (genital love) பரிணாமம் அடைகின்றது. இதுதான் பருவக் காதலாகின்றது. பதின்பருவத்தில் இந்தக் காதல் தோன்றுகிறது. பாரதியாரிடம் இதைக் காண முடிகிறது.

உளத் தொடர்பற்ற புதிய ஆண் அல்லது பெண் மீது காதல் தோன்ற வாய்ப்பில்லை. குழந்தைப் பருவத்து இடிபஸ் உறவின் சாயல் நபரின் மீதே காதல் தோன்றும். இது இருபக்கமும் இணையான உள்ளப் புணர்ச்சி அமைந்தால் அந்தக் காதல் உறுதியாக இருக்கும். பாரதியார் காதலியிடம் அவ்வாறு அமையவில்லை. அதாவது, அந்தப் பெண்ணின் இடிபஸ் சாயலில் இவரில்லை எனத் தெரிகிறது. அல்லது இவர் அளவுக்கு அவளிடம் முதிர்ச்சி இருந்திருக்காது. அதனால்தான், இவர் அளவுக்கு அவள் காதலிக்கவில்லை. இந்தக் கனவுக் கவிதையில் பெண்ணின் காதல் வெளிப்பாடு என ஆழமான பதிவு காணப்படவில்லை. எனில், பாரதியார் மட்டும் இந்தக் காதலில் ஏன் ஆழ்ந்து போனார்? 'காதல் போயின் சாதல்' எனச் சொன்னதன் பின்னனியென்ன? இவற்றை அறிய வேண்டி, காதலைக் கொஞ்சம் ஆழமாகக் காணலாம்.

அனைவரிடத்திலும் காதல் உணர்வு ஊடாடிக் கொண்டு இருக்கிறது. திருமணத்திற்குப் பிறகும் காதலித்துத் திருமணம் செய்து கொண்ட பிறகும் வயோதிகத்திலும் இந்தக் காதல் உந்துவதுண்டு. காரணம், எந்தக் காதலும் நிறைவு காணாது. ஏதோ ஒரு குறை இருக்கவே செய்யும். அதனால், நிறைவு காண்கிற எதிர்ப்பார்ப்புடன் கடைசிவரை இந்தக் காதல் காத்திருக்கும். ஆனால், உளத் தர்க்கம்படி, இதற்குத் தீர்வில்லை. ஏனென்றால், தாய்க்கு இணை தாயுமில்லை. தந்தைக்கு இணை தந்தையுமில்லை. காரணம், குழந்தைப் பருவத்துப் பெற்றோர் இன்றைய பெற்றோரல்லர். அவர்கள் அன்பும் அரவணைப்பும் மிக்கவர்கள், இவர்கள் பழைய நெருக்கமற்றவர்கள். எனவே, மனிதமனம் மாற்றை நோக்கி ஓடுகின்றது. எங்கும் குறையாகவே அமைகிறது.

இந்தக் குறையுண்ட காதலை முற்றிலும் துறக்க நினைத்தாலும் முடியாது. எனவே, காதலுடன் இருக்கவும் முடியவில்லை. காதல் இல்லாமல் இருக்கவும் முடியவில்லை. இப்படிப்பட்ட இந்தக் காதலிலிருந்து விலகி இயல்பாக வாழ முடியாதா என்கிற கேள்வி நம்முள் எழுகிறது. இது, பாரதியாரின் உளப் பிரச்சினை மட்டுமின்றிப் பொதுப் பிரச்சினையாகவும் உள்ளது.

உளப்பகுப்பாய்வு நோக்கில் காதல் ஒரு பொது உணர்வு. வாய்ப்புக் கிடைக்கப் பெற்றோர் அனுபவிக்கின்றனர். அல்லாதோர் ஏற்பாட்டுத் திருமணத்தில் கொஞ்சம் ஆறுதலடைகின்றனர். அவசரக் காதலும் கட்டாயத் திருமணமும் நனவிலியைக் குறையாக இருக்க வைப்பவை. முன்பே கூறியபடி, காதலின் காரணி இடிபஸ் சிக்கல். இது அகிலச் சிக்கல் என்பதால், காதல் என்பது அகில நோயாகிறது. இந்த நோய் ஒருவரின் அக மற்றும் புற வாழ்வில் பாதிப்பை ஏற்படுத்துகின்ற வல்லமை கொண்டது. காதல் தீவிரம் அளவுக்குப் பாதிப்பு இருக்கும். காரணம், இது நனவிலி அம்சம். இப்படிப்பட்ட உள்ளப் புணர்ச்சிக் காதலை உளப்பகுப்பு ரீதியில் எப்படிப் புரிந்து கொள்வது? காதல் என்பது உளவாழ்வின் சிறப்பம்சங்களுள் ஒன்று. அதனால், இதைப் புரிந்துகொள்ள ஃப்ராய்டிய நோக்கில் காதலை இன்னும் ஆழமாகப் பார்க்க வேண்டியுள்ளது.

ஃப்ராய்டியப் பார்வையில் இரண்டு விதங்களில் காதல் தோன்றும். ஒன்று, ஒட்டுறவுக் காதல் (*anaclitic love*) மற்றொன்று தன்மோகக் காதல் (*narcissistic love*). இவற்றை இருவித மோகநிலைகள் என்று கூறுவார் ஃப்ராய்ட் (*Quinodoz, 128*). பாலியல் விருப்பமானது புறநிலை நோக்கியோ அல்லது தன்னிலைக்கு உள்ளேயோ நடக்கும். அதாவது, புறநபரை மோகிப்பது அல்லது தன்னிலையை மோகிப்பது. இவ்விரண்டைத் தவிர பாலுணர்வுக்கு வேறு வழியில்லை. ஆன்மீகத்தில் சுயம் (*self*) நோக்கிய மோகநிலை உள்ளது. அது, பேரின்ப நிலை. இது, மனத்தைக் கடந்தவருக்கே வாய்க்கும். (இதை அடைவது அரிதினும் அரிது. யூங்கிய விளக்கத்துக்கு உட்பட்டது).

இவ்விரண்டில் முதலாவதான புறநிலை மோகமே முதன்மை. காரணம், அடிப்படையில் பாலுணர்வு புறநிலை நோக்கியது. அது அமையவில்லை என்றால் தன்னிலை நோக்கித்

திரும்புகிறது. அப்படி வரும்போது, புறநிலையற்ற அம்சத்தில் தன்னைத்தானே மோகிக்க ஈகோ அமைந்து விடுகின்றது. அதனால், பாலியல் நாட்டத்தில் புறநிலை நாட்டம் (புறநிலைத் தெரிவு) தன்னிலை நாட்டம் (தன்னிலைத் தெரிவு) என இரண்டு மட்டும் செயற்பாட்டுக்கு வரும். ஒன்று இல்லையென்றால் இன்னொன்று. இதுவே, மனிதரின் இரட்டை நிலைகள் ஆகும்.

இயல்பு மனிதர்கள் அனைவரிடத்திலும் மேற்கண்ட இரண்டு மோக நிலைகள் உள்ளன. அதனால், இவை காதலாக வடிவெடுக்கின்றன. இவற்றில் புறநிலைத் தெரிவுக் காதல் ஒட்டுறவுக் காதலாகவும் தன்னிலைத் தெரிவுக் காதல் நார்சிசக் காதலாகவும் பரிணமிக்கின்றன. ஒட்டுறவுக் காதல் என்பது அன்புருவான பழைய (நனவிலி) ஆள் சாயலுடைய நபர் மீதான காதலாகும். நார்சிசக் காதல் என்பது தன்னைப் போன்ற ஆள் மீதான காதலைக் குறிக்கும். இந்த ஒட்டுறவுக் காதலில் பெரும்பாலும் தாய், தந்தை அமைவர். அல்லது, குடும்பத்தில் நெருங்கிய உறவினர்கள் (பாட்டி, தாத்தா, அத்தை, சித்தப்பா) வரலாம். தாய், தந்தை உறவில் உள்ள அழுத்தம் அளவுக்குக் குடும்ப உறுப்பினரின் ஒட்டுறவில் உள அழுத்தம் இருக்காது. இன்றைய தனிக் குடித்தனத்தில் இதற்குத் துளியும் வாய்ப்பில்லை. எனவே, ஒட்டுறவுக் காதலில் பெற்றோரே முன்னிலை வகிக்கின்றனர். அதனால்தான், இது இடிபஸ் காதல் வட்டத்தில் வருகின்றது.

அடுத்து, தன்மோக நிலை எனப்படுகின்ற நார்சிசக் காதல். இதில் வரும் காதல் நபர், தனது பண்புகளுக்கு இணையாக இருக்கும் பட்சத்தில் வருகின்ற காதலாகும். அதாவது, தன்னைப் போன்ற தோற்றம், அறிவு, குணம், ஆளுமை கொண்ட நபரை நேசிக்கின்ற நிலையாகும். இங்கே, புறத்தாளை மோகிக்கின்ற வழியில் தன்னைத்தானே மோகிப்பது நடக்கின்றது. இன்னும் சொல்லப்போனால், தனது கண்ணாடிப் பிம்பத்தைத் தானே நேசிப்பது போல இந்தக் காதலரை நேசிப்பதாகும். வேறு விதமாகக் கூறின், காதலர் வழியில் தன்னைத் தானே காதலிப்பதைக் குறிக்கும்.

இங்கே, காதலர் என்பவர் முழுமைக்கும் புறத்தவர் அல்லர். அகத்தின் அம்சமாகும். தன்னைக் காதலிப்பதற்கான கருவி

சான்றாக, இலக்கிய நாட்டம் உள்ள நபருக்கு இலக்கிய நாட்டம் இருக்கின்ற நபர் மீது ஏற்படுகின்ற காதல், ஆன்மீக ஈடுபாடு கொண்ட இருவருள் ஏற்படுகின்ற காதல் முதலியவை அடங்கும். தன்னிடம் உள்ள குணம் கொண்டவர் மீதான காதல் இவ்வகைப் பட்டதே ஆகும். தன்னைப் போன்ற தோற்றம் (உயரம், நிறம், சிரிப்பு) கொண்ட நபர் மீதான ஈர்ப்பு இதில் அடங்கும். மேலும், தன்னைப் போன்ற கலையார்வம், ஆய்வார்வம் உடையோர் மீதும் காதல் வரும். பணம், செல்வாக்குக் கூட இதில் அடங்கும். ஒரே துறையினருள் ஏற்படுகின்ற காதல் தன்மோக அம்சம் கொண்டது.

மேற்கண்ட இரண்டில் பாரதியாரின் காதல் ஒட்டுறவுக் காதல் வகையிலானது. ஏனென்றால், அந்தப் பெண் மீதான காதலுக்கு இவரால் காரணம் அறிய முடியவில்லை. காரணமின்றிக் காதலில் விழுதல் (கண்டதும் காதல்) ஒட்டுறவுக் காதலின் சிறப்பம்சம். தன்மோகக் காதலுக்கான காரணத்தை அறிந்துகொள்ள முடியும். ஏனென்றால், இது நனவு ஈகோவின் காதலாகும். மாறாக, ஒட்டுறவுக் காதல் நனவிலி ஈகோவின் செயற்பாடாகும். அதனால்தான், காரணம் தெரியாமல் பலரின் மனம் காதலில் வீழ்ந்து விடுகிறது. அப்படிப்பட்டவர்களுள் பாரதியார் ஒருவர். இந்த ஒட்டுறவுக் காதலில்தான் இடிபஸ் காதல் வருகின்றது.

அடுத்தது, இந்தக் காதலை நரம்புநோயாக ஃப்ராய்ட் காண்கிறார். இது, முக்கியமான குறிப்பு. பொதுவில் காதல் ஒரு நோய் என்று நாம் சொல்லிக் கொண்டாலும் அதில் இருக்கவே விரும்புகிறோம். குறைந்தபட்ச உளநரம்பு நோயாளியாக இருந்தாலன்றி இந்தச் சமூகத்தில் நம்மால் இருப்புக் கொள்ள முடியாது என்பார் ஃப்ராய்ட். சாதி, மதம், ஆத்திகம், நாத்திகம் எனப் பல நோய் நிலைகள் உள்ளன. லக்கான் நோக்கில் மொழியே நோயின் அம்சம். அடிப்படையில் மொழி மனிதன் ஒரு நோயாளி. மொழியை மனம் ஏற்க இந்த நோய் நிலை ஒரு ஆக்கநிலை (condition) ஆகும் என்பார் லக்கான். இந்த வரிசையில் காதலும் ஒன்று.

சமூக மனிதர் அனைவரிடத்தும் இந்த நோய்நிலை இருக்கவே செய்கிறது. வாய்ப்புப் பெற்றோரிடம் இது இயல்பாக வெளிப்படுகிறது. அல்லாதோரிடம் இது குறையாக,

வெறுப்புணர்ச்சியாக அமைந்து விடுகின்றது. காதல் உணர்வு அளவுக்கு காதல் மீதான வெறுப்புணர்ச்சி இருக்கும். இப்படித்தான் பலர் காதலை எதிர்க்கின்றனர். யான் பெறாத இன்பம் இவ்வையகம் பெறக்கூடாது என்பது இவர்களின் நோக்கம்.

காதல் தோல்வி அடைந்த பாரதியார் காதலைக் கொண்டாடுகிறார். 'ஆதலினால் காதல் செய்வீர் உலகத்தீரே...' என்று அறைகூவல் விடுக்கிறார். யான் பெறாத இன்பத்தை இவ்வையகம் பெறட்டும் என்கிற பரந்த மனநிலை இப்படிச் சிந்திக்க வைக்கிறது. துன்பத்தில் உழன்றாலும் 'எத்தனைக் கோடி இன்பங்கள் வைத்தாய்' என்று மகிழ்கிறார். இவை யாவும் மேம்பட்ட உள்ளத்தின் அம்சங்களாகும். இப்படிப்பட்ட பாரதியாரிடமும் காதல் நோய் இருந்தது. இந்த நோய் எப்படிப்பட்டது?

ஃப்ராய்டிய உளநோய்க் கோட்பாட்டுப்படி, மாற்றீட்டு நரம்புநோய் *(transference neurosis)* நார்சிச நரம்பு நோய் *(narcissistic neurosis)* ஆகிய இரண்டு அடிப்படைப் பிரிவுகள் உள்ளன. இவற்றில், மாற்றீட்டு என்பது புற மோகநிலையைச் சார்ந்தது. நார்சிசம் என்பது தன்மோக நிலையோடு தொடர்புடையது. இந்த மாற்றீட்டு நரம்பு நோயில் இசிப்பு, பிடிப்பு என இரண்டு பிரிவுகள் உள்ளன. இவை காதலில் வரும்போது இசிப்புக் காதல் *(hysterical love)* பிடிப்புக் காதல் *(obsessional love)* என்றாகின்றன. ஃப்ராய்ட் பார்வையில் நார்சிச நரம்புநோயில் பிரிவுகளில்லை.

முன்பு கூறிய ஒட்டுறவுக் காதல் மாற்றீட்டு நரம்பு நோயுடனும் தன்மோகக் காதல் நார்சிச நரம்புநோயுடனும் இயைபாகின்றன. இவையிரண்டும் உளநரம்பு நோய் வகைகளாகும். அதாவது, உள மாறாட்டத்தின் வெளிப்பாடுகளாகும். எனவே, காதலை மாற்றீட்டு காதல், நார்சிசக் காதல் எனவும் பிரிக்கலாம். ஒட்டுறவுக் காதல்தான் மாற்றீட்டுக் காதலாகிறது. இதில்தான் இசிப்பும் பிடிப்பும் வருகிறது.

இசிப்புக் காதல் என்பது ஹிஸ்டீரியா எனும் நோய் நிலையைக் குறிக்கும். பிடிப்புக் காதல் என்பது அப்செஸ்ஸன் நோய்நிலையைக் குறிக்கும். உளம்சார் காதல் இந்த இரண்டில் ஒன்றுடன் தொடர்புடையதாகும். (அவசரக் காதல், கட்டாயக்

காதல் இதில் அடங்காது. காரணம், அவை காதலே அல்ல. உள வாழ்வின் சறுக்கல்கள்). ஒரு மனிதனால் குறைந்தபட்ச நோய்நிலையில் இருந்தாலன்றி இந்தக் காதல் கொள்ள முடியாது. மொழியும் சமூகமும் தோன்றிய பின்னர் மனித இனம் கொஞ்சம் பிறழ்வாகிவிட்டது. அதனால்தான், சமூக மனிதருடன் இந்தக் காதல் நோய் நிலைகொண்டு உள்ளது. காரணம், இது அமுக்கத்தின் விளைவு. தடையால் ஏற்பட்ட கிளை. உளப் பிளவின் குறியீடு.

அமுக்கம் என்பது பறவை, விலங்குகளிடமும் உண்டு. ஆனால், பண்பாட்டு அமுக்கம் அவற்றுக்குக் கிடையாது. புறவழி அமுக்கமே இருக்கும். அகத்துள் அமுக்கம் இருக்காது. இந்தச் சமூகப் பண்பாட்டு அமுக்கம் (சூபர் ஈகோ) மனிதனுக்கு மட்டும் உரிய உள நிகழ்வாகும். இது, உள்ளத்தில் பிளவை ஏற்படுத்திவிடுகின்றது. இதுதான் மனிதனின் உளப் பிரச்சினை. இதைத்தான் ஃப்ராய்ட் முன்னிலைப் படுத்துகிறார். இந்த அமுக்கமே உள்ளத்தில் பல உளச் சிக்கல்களை ஏற்படுத்துகின்றது. அதனால், நோயின் தன்மையிலிருந்து மனிதன் விடுபட முடியாமல் இன்றளவும் தவிக்கிறான். எனவே, மனித இனத்தின் எதிர்காலம் கவலைக்கிடமாக இருப்பதாகக் கூறுவார் ஃப்ராய்ட் *(Quinodoz, 240)*.

சமயப் பற்று, இனவெறி, சாதியம், பணப்பித்து, பதவி ஆசை எல்லாம் நோய் வெளிப்பாடுகள் ஆகின்றன. அவற்றுள் காதலும் ஒன்று. அமுக்கத்தாலான உளப்பிளவு ஒரு மனிதனை இரட்டை ஆளுமைக்கு ஆழ்த்திவிடுகின்றது. ‘மனிதர்கள் தாம் நினைப்பதைவிட ஒழுக்கமானவர்கள். கற்பனை செய்வதை விட மிகவும் ஒழுக்கக் கேடானவர்கள்’ என்பார் ஃப்ராய்ட்.

இந்த இரட்டைக் குணம் கனவுகளிலும் புனைவுகளிலும் பூடகமாகவோ வெள்ளிடையாகவோ வெளிப்படும். திரைப் படத்தில் இரட்டை வேடம் கொண்டவற்றில் இதைக் காணலாம். ஆங்கிலத்தில் *‘டாக்டர் ஜாக்கில் அண்ட் மிஸ்டர் ஹைட்’* கதை இப்படிப்பட்டதே ஆகும். *சிலப்பதிகாரத்தில்* கோவலனுன் ஆளுமை கண்ணகி, மாதவி உறவில் இரட்டை நிலையில் வெளிப்பட்டு இருப்பதைக் காணலாம். காதல் என்பது பிளவு ஆளுமையின் அம்சமாகும். இது, முழுமைக்கும் உடலும்

உள்ளமும் அல்லாமல் இரண்டுக்கும் இடையில் வெட்டுக் கணத்தில் உள்ளது. உளப் பாலியல் வாழ்வில் அமுக்கமும் பிளவும் இன்றி அமைய வாய்ப்பில்லை.

முன்பே கூறியபடி, இந்தக் காதலானது இசிப்பு, பிடிப்பு என இரண்டு நிலைகளில் வெளிப்படுவதாகும். இந்த வேறுபாடு, ஒட்டுறவுக் காதலில் வகைப்பாடாகும். நார்சிசக் காதலில் இந்த நிலைகள் இல்லை. பாரதியாரின் காதல் ஒட்டுறவுக் காதல் (இடிபஸ் காதல்) வகைப்பட்டது. இந்தக் காதல்தான் வருத்தத்தைத் தரும். பிரிவின்போது அழச் செய்யும். நார்சிசக் காதல் இயல்பாகக் கடந்துவிடும். காரணம், தன்னை மையப்படுத்திய காதலாக இது உள்ளது. மாறாக, ஒட்டுறவுக் காதல் புறத்தை முதன்மைக் கொண்டிருப்பது. அதாவது, அகத்துக்குக் காதல் நிறைவு தருகின்ற புறநபர் இங்கே சிறப்பிடம் வகிக்கிறார்.

இந்த நபர் மீதான காதலில்தான் இசிப்பும் பிடிப்பும் இருக்கும். தன்னை இழந்தால்தான் இந்த வகைக் காதலில் ஈடுபட முடியும். மேற்சொன்ன மூன்று நோய்நிலைகளில் (இசிப்பு, பிடிப்பு, நார்சிசம்) ஒன்று ஒருவரின் காதலாக அமையப் பெறும். (இதற்கு ஒருபடி மேலே சென்று சமூக மனித வாழ்வில் இயல்பான பாலுறவுக்கு வாய்ப்பில்லை என்பார் லக்கான்). நடப்பில் ‘காதல் நோய்’ என்றுதான் நாம் பேசுவோம். அது உண்மையில் உளம் சார் நோயைக் குறிக்கும். எனில், சமூக மனிதரிடையே இயல்புக் காதல் என ஏதுமில்லை.

நார்சிசக் காதலைவிட ஒட்டுறவுக் காதலைப் புரிந்து கொள்வது கடினம். ஃப்ராய்ட் பார்வையில் இசிப்புக் காதல் என்பது ஹிஸ்டீரியா எனும் நோய்நிலையில் ஒன்று. இது முக்கியமானது. ஏனென்றால், உலகலவில் இசிப்பு நோய்தான் மிகுதி. இசிப்பு என்பது உளநரம்பு நோயாகும். இதன் ஆதாரம் அமுக்கமாகும். இயல்புணர்ச்சி மீதான அமுக்கம் அந்த உணர்வை மாற்றுப் பாதைகளில் வெளிப்படச்செய்கிறது. அவ்வாறு வெளிப்படும்போது நரம்பியல் மூலம் தேடலை மேற்கொள்கிறது. அமுக்கப்பட்ட வேட்கை தனக்குச் சாதகமான ஒரு நிலை உருவானால் உக்கிரம் கொள்கிறது. அந்த இடத்தில் அனைத்துத் தர்க்கங்களையும் ஈகோ மறந்து விடுகின்றது. குறிப்பாகப் புறவுலக மெய்ம்மைகளைக் கருத்தில் கொள்வதில்லை. இயல்பான உணர்வு அமுக்கத்தால்

உணர்வெழுச்சிமிக்கதாக மாற்றம் பெறுவதெல்லாம் இசிப்பு நிலைக்கு வந்துவிடுகின்றன. அவற்றுள் ஒன்று காதல்.

உளப்பகுப்பாய்வு கூறும் 'மாற்றுருவாக்கம்' இதன் முக்கிய அம்சமாகும். அமுக்கத்துக்கு ஆட்பட்ட ஒன்று தன்னிலிருந்து இன்னொன்றாக மாற்றம் கொள்வது ஒரு நோய்க் குறியாகிறது. ஏனென்றால், இயல்பாக வெளிப்பட வாய்ப்பு இந்த வேட்கைக்கும் கிடைப்பதில்லை. இதன் ஓரம்சமாகக் கனவில் இடப்பெயர்வு (displacement) உள்ளது. நனவுச் செயல்பாடுகளிலும் இதைக் காணலாம். இங்கே, நனவிலிக் கூறின் இடப்பெயர்வாக நனவுக் கூறு உள்ளது.

காதலில் இதைக் காணலாம். நனவிலி இடிபஸ் உரு நனவில் காதல் நபராக வாய்ப்பதில் இத்தகு இடப்பெயர்வு நடக்கிறது. இந்தவிதக் காதலில் சில சிறப்பம்சங்கள் பொதிந்துள்ளன. ஒன்றுக்கு மாற்றாக இன்னொன்றைத் தகவமைத்துக் கொள்ளுதல் இசிப்பின் முக்கிய அம்சமாகும். காரணம், பதற்றம். இதுவும் இசிப்பின் அம்சம். இந்தப் பதற்றம் உள்ளத்தை நிலைக்கொள்ளாமல் செய்துவிடுகின்றது. அதனால்தான், நரம்பு மண்டலத்தைப் பாதிக்கச் செய்து, ஆட்டம் காண வைக்கிறது. அதுதான், பேயாட்டம், சாமியாட்டம் என்கிறோம். தீவிரக் காதலில் ஏமார்ந்துபோன சிலர் இப்படி ஆடுவதைக் காணலாம். இது பதற்றத்தின் (anxiety) குறி ஆகும்.

இசிப்பில் பதற்றம் முக்கிய அம்சமாக உள்ளது. பதற்ற இசிப்பு (anxiety hysteria) என ஒன்று உள்ளது. இதை மோக உறவின்போது ஏற்படுகின்ற பிரிவுகள் உருவாக்கிவிடுகின்றன. இதன் மூலக்காரணி மார்பகப் பிரிவு. ஒரு வயது வாய் மோக உறவில் பிரிவு ஏற்பட அது பதற்றத்தை உண்டுபண்ணிவிடுகின்றது. இந்த உணர்வு ஈகோவுக்கு இயைபானதல்ல. அதனால், இந்தப் பதற்றத்தில் இருந்து தற்காத்துக் கொள்ள மாற்றுருவாக்கங்களை ஈகோ மேற்கொள்கின்றது. அதன் வெளிப்பாடுதான் விரல் சூப்புதல் ஆகும். இதே அமைப்பில் இடிபஸ் காதலும் நடக்கின்றது.

அந்தக் காதல் நபரின் பிரிவுப் பதற்றம் வேறொரு நபரை நாடச் செய்கிறது. அந்தக் காதல் நபர் பிரியக் கூடாதென ஏக்கம் கொள்கிறது. அவ்வாறு பிரிய நேர்ந்தால் அந்தப் பிரிவைத்

தாங்கிக் கொள்ளாமல் தன்னை மாய்த்துக் கொள்ளவும் செய்கிறது. ‘காதல் போயின் சாதல்’ என்பது இசிப்புக் காதலின் உச்சமாகும்.

பிடிப்புக் காதல் என்பது பிடிவாதமானது. மாற்றை ஏற்காத ஈகோவின் காதல் பிடிப்பு நிலையில் இருக்கும். ஒன்றையே திரும்பத் திரும்பச் செய்து வருவது இதன் அம்சமாகும். இப்படித்தான் காதலிக்க வேண்டும் என்கிற வரம்புக்குள் அமைவதெல்லாம் பிடிப்புக் காதலின் அம்சமாகும். ஒருவனுக்கு ஒருத்தி அல்லது ஒருத்திக்கு ஒருவன் எனக் கட்டுப்பாட்டில் இருப்பது பிடிப்புக் காதலில் காணலாம். அப்படிப் பொருத்தப்படவில்லை என்றால் அது நார்சிசக் காதலாக வடிவெடுக்கும். இந்தக் காதலுக்குக் காதல் உணர்வு முக்கியமே அன்றிக் காதல் நபர் அல்லர்.

பாரதியார் மனம் இத்தகு காதலில் இல்லை. அவரின் காதல் இடிபஸில் தொடங்கி, பிள்ளைக் காதல். தமிழ் மொழிக் காதல், தேசியக் காதல் எனக் கடந்துகொண்டே போகிறது. அதனால், பாரதியார் காதல் இசிப்புக் காதல் ஆகும். தன்னை நொந்துக் கொள்ளுதல் இதன் சிறப்பாகும். தற்கொலை என்னத்தை இந்தக் காதல் உருவாக்கிவிடுவதுண்டு. தமிழ் ஒளி, ஆத்மநாம் காதலும் இவ்வகைப்பட்டதே ஆகும்.

காதல் போயின் சாதல் என்பதில் தற்கொலை எண்ணம் குடிக் கொண்டுள்ளது. இது, தன்னைத் தானே தண்டித்துக் கொள்கின்ற மனநிலை. இது நனவிலிக் குற்ற உணர்வின் வெளிப்பாடு (Freud, 10, 154). குறிப்பாக, இடிபஸ் குற்ற உணர்வின் வெளிப்பாடு. இடிபஸ் கட்டத்தில் உந்துகின்ற காதல் ஒருவரைக் குற்ற உணர்வுக்கு ஆளாக்கிவிடுகின்றது. மதிப்புறு தாய், தந்தையை அவ்வாறு எண்ணுவது குற்றமென சூபர் ஈகோ அறிவுறுத்த, அந்தக் குற்ற உணர்வில் நனவிலி ஈகோ ஆழ்ந்து விடுகின்றது. இதன் வெளிப்பாடுதான், தன்னைத்தானே தண்டித்துக் கொள்ளுதல் ஆகும். சமயச் சடங்குகளில் இதைக் காணலாம். தன்னை அழித்துக் கொள்கின்ற செயற்பாடுகள் எனலாம் இந்தக் குற்றவுணர்வின் வெளிப்பாடுகளாகும். உடலைக் கெடுத்துக் கொள்கின்ற அடிமைப் பழக்கங்கள் சான்று. பாரதியாரின் போதைப் பழக்கம் தன்னைத்தானே அழித்துக் கொள்கின்ற

மனநிலை ஆகும். அவர் சோம்பல் மிக்கவர். இவையும் இடிபஸ் குற்றவுணர்வின் வெளிப்பாடு எனப் புரிந்து கொள்ளலாம்.

வேட்கை ஒருதலை உள்ளுதல் மெலிதல்
ஆக்கஞ் செப்பல் நாணுவரை இறத்தல்
நோக்குவ எல்லாம் அவையே போறல்
மறத்தல் மயக்கஞ் சாக்காடு என்றிச்
சிறப்புடை மரபினவை களவென மொழிப (தொல்.1046)

வேட்கையில் தொடங்கிச் சாக்காட்டில் முடியும் இந்தக் களவு ஐயத்திற்கு இடமின்றி இசிப்புக் காதல் வகையிலானது.

மாறாக, பிடிப்புக் காதல் தன்னை நோகாமல் புறநபரை இடிக்கும். தன்னிலையை மாற்றிக் கொண்டு வெறுப்பையும் வெளிப்படுத்தும். ஏமாற்றம், அவமதிப்பு என நடக்கின்ற போதெல்லாம் அந்தக் காதல் உணர்வு வெறுப்பாக மாறிவிடுவதுண்டு. 'காதல் - வெறுப்பு' என்கிற பொருமுக உணர்வுகள் (ambivalent feelings) ஒரே நபர் மீது ஈகோ செலுத்துகிறது. இங்கே காதல் அளவுக்கு வெறுப்பு இருக்கும். சூழலுக்கு ஏற்ப இரண்டிற் ஒன்று வெளிப்படும். பாரதியாரிடம் புறநிலை நோதலை விடத் தன்னை நோதலே மிகுந்துள்ளது. எனவே, பாரதியாரின் காதல் ஒட்டுறவு தொடர்பான இசிப்புக் காதலாகும். ஒருபக்கம் மனம். மறுபக்கம் காதல். மனத்தைக் காதல் பற்றிக் கொண்டால் அது இசிப்பு. காதலை மனம் பற்றிக் கொண்டால் அது பிடிப்பு. காதல் வட்டத்தில் இசிப்பு மனம் வலிமையற்றது என்பது தெளிவு.

VII

இப்போது ஆய்வின் இறுதிக் கட்டத்துக்கு வந்துவிட்டோம். இது, மிக முக்கியமான கட்டமும் ஆகும். காரணம், கனவு குறித்துப் பேசுகின்ற ஃப்ராய்ட், 'கனவுக்குள் கனவு' பற்றியும் பேசுகிறார். இந்தக் கருத்தாக்கம் மிகவும் சிக்கலான ஆழமான உள நிகழ்வு ஆகும். காப்பியங்களில் கதைக்குள் கதை வருவதுண்டு. சில திரைப்படங்களில் 'ஃப்ளாஷ் பேக்' உள்ளே 'ஃப்ளாஷ் பேக்' வருவதைப் பார்த்திருப்போம். இது ஒரு திரைக்கதை உத்தி. இதைச் சொல்லிக் கொடுத்தது கனவு.

உலகெ லாமொர் பெருங்கன வஃதுளே
உண்டு றங்கி யிடர்செய்து செத்திடும்
கலக மானுடப் பூச்சிகள் வாழ்க்கையோர்
கனவி லுங்கன வாகும்

இதில், 'கனவிலுங் கனவு' என வந்துள்ளது. இது, 'மோசத்திலும் மோசம்' என்பது போன்றது. கனவுக்குள் கனவு போன்ற ஓர் அனுபவத்தைப் பாரதியார் உணர்ந்துள்ளார். இந்த வாழ்வைக் கனவுக்குள் கனவு என்கிறார். அதாவது, கனவை நனவாகப் பாவித்தால் அதன் கனவாக இந்த உலகியல் வாழ்க்கை உள்ளது. 'உலகே மாயம் வாழ்வே மாயம்' எனும் விரக்தி வரிகள்தாம் இவை. இதை ஒரு வாய்ப்பாடாகக் கொண்டால், இந்த வாழ்க்கை ஒரு கனவு என்றால் இதில் வரும் காதல் கனவினுள் கனவு போன்றது எனலாம். இதைத்தான் பாரதியார் நமக்கு உணர்த்த வருகிறார். பாரதியாருக்கு வாழ்க்கைப் பிடிக்கவில்லை. நனவிலி மனம் சார்ந்த காதல் உள வாழ்வு தாம் விரும்பிய வண்ணம் நிறைவாக அமையவில்லை. (இப்படிக் குறையுண்ட உள்ளத்திலிருந்துதான் உயர்தரப் படைப்புகள் வெளிப்படும்). உள வாழ்வு சீராக அமையப் பெறாததால் சமூக வாழ்வில் பிடிப்பு இல்லாமல் போய்விட்டது. இவற்றுக்கெல்லாம், 'கனவாகிப்போன காதல்' காரணம். 'ஏன் பிறந்தனன் இத்துயர் நாட்டிலே?' என்று இந்தக் கவிதையில் பொருமுகின்ற அளவுக்கு அவரின் மனநிலை வந்துவிடுகின்றது. இந்தக் காதலைத்தான் கனவு என்கிறார்.

அன்ன போழ்தினு லுற்ற கனவினை
அந்த மிழ்ச் சொலில் எவ்வண்ணம் சொல்லுகேன்?
சொன்ன தீங்கன வங்குத் துயிலிடைத்
தோய்ந்த தன்று, நனவிடைத் தோய்ந்ததால்

இந்தக் காதல், உறக்கத்தில் கண்டதல்ல. நனவிடைக் கண்டது. இது, பகற்கனவு போன்றது.

பிள்ளைப் பருவத்தில் தந்தையின் இழப்பைவிடக் காதல் இழப்பே அவருக்கு பேரிழப்பாகும். காரணம், தந்தையின் கண்டிப்பு, நிர்பந்தம் எல்லாம் உள்ளத்து இடைவெளியை ஏற்படுத்தி விடுகின்றது. அதனால்தான், தந்தை இறப்பு

முடிந்தவுடன், ‘அன்னையே! இனியேனும் அருள்வையால்’ தாய்ப் படிமத்தில் என்று முடிக்கிறார்.

காதலைப் பாரதியார் வெறுங் கனவாகப் பாராமல் கனவிலுங் கனவாகப் பார்க்கின்ற பார்வை கவனிக்கத்தக்கது. இதை அவர் பூடகமாகத்தான் கூறுகிறார். கனவுக்குள் கனவு வருமா? அனுபவத்தில் சிலரிடம் அரிதாக வருவதுண்டு. இது குறித்து ஃப்ராய்ட் பேசியிருக்கிறார். கனவு என்பது நனவிலி என்றால் கனவுக்குள் கனவு என்பது ஆழத்து நனவிலியாகும். சாதாரணமான கனவு ‘விருப்ப நிறைவேற்றம்’ என்றால் கனவுக்குள் கனவு அதை உறுதிப்படுத்துவதைக் குறிக்கும் (Freud, 5, 353). இதில் ஆழமான பொருண்மை உள்ளது.

எந்த விதத்திலும் (மடைமாற்றத்திலும்) நிறைவு காண முடியாத வேட்கை கனவுக்குள் கனவாக வரும். இந்தக் உட்கனவில் இடம்பெறுகின்ற படிமங்களும் அமுக்கப்பட்ட விருப்பங்களையே குறிக்கும். குறிப்பாக, வெளிக்கனவினுள் இருக்கின்ற வேட்கைகளை உறுதிப்படுத்துகின்ற அளவில் உட்கனவு உள்ளது. இலக்கியங்களில் அரிதாகச் சில இடங்களில் உட்கனவு அமைப்பில் வருவதைக் காண முடிகின்றது.

‘கனவுக்குள் கனவு’ தொடர்புடைய புனைவுக்குப் புதுமைப் பித்தனின் கபாடபுரம் நல்ல சான்று. அந்தக் கதையே ஒரு கனவு. அதில் ஃப்ளாஷ் பேக் நடக்கிறது. அந்தக் கதையின் இறுதியில் ஃப்ளாஷ் பேக் ஒன்று ஓடுகிறது. உளப்பகுப்பாய்வு மொழியில் கூறின், பின்னோக்கத்துள் பின்னோக்கம் (regression) நடந்திருக்கிறது. பின்னோக்கம் என்பது அகத்துள் காலக் கிரமத்தின்படி ஈகோ பின்னோக்கிப் பயணிப்பதைக் குறிக்கும்.

நடப்பில் பழைய சம்பவங்களை நினைத்துப் பார்க்கும்போது இந்த உள நிகழ்வு நடக்கிறது. இதில் நனவடங்கு வரையில்தான் ஈகோவால் செல்ல முடியும். மாறாக, கனவில் நனவிலி வரையில் செல்ல வாய்ப்புள்ளது. கனவோடை (சர்ரியலிசம்) போன்ற ஆழமான புனைவுகளில் இவ்வாறு நடப்பதுண்டு. புதுமைப்பித்தனின் ‘கபாடபுரம்’ கனவோடை அப்படிப்பட்டது. அதனால்தான், இதில் பின்னோக்கத்துள் பின்னோக்கம் நடந்துள்ளது. இந்தக் கதையை உளப்பகுப்பாய்வு செய்தபோது, அதில் இடிபஸ் சிக்கல் இருப்பதை அறிய முடிகிறது. இதை

அந்தக் கதையில் வரும் ஃப்ளாஷ் பேக் கொண்டு உறுதிப் படுத்தலாம்.

பாரதியாரின் கனவுக் கவிதை அப்படிப்பட்டது. வாழ்க்கை என்கிற கனவுக்குள் கனவாக அவரின் காதல் உள்ளது. அதனால், இதில் உள்ள இடிபஸ் சிக்கலே அவரின் ஆதாரக் கூறு என்பதை உறுதிப்படுத்திக் கொள்ளலாம். காரணம், இந்தக் காதல் கலைந்து போனாலும் அதன் சுவடுகள் கல்வெட்டுகளாக நிலைத்துவிட்டது. இதன்மூலம், நிறைவின்மையை நிலையாகக் கொண்ட வேட்கையாக இந்தக் காதல் பொதிந்துவிட்டது. அந்த நிறைவின்மையோடே அவரின் உள வாழ்வும் சமூக வாழ்வும் பிணைந்துப் பயணித்துள்ளன. அதை உறுதிபடுத்துகின்ற இடமே இந்தக் கனவிலுங் கனவு.

முடிவாக, நிறைவின்மையின் ஆதாரமாகக் கொண்டிருக்கின்ற இடிபஸ் சிக்கல் பாரதியாரிடம் இருப்பதை அவரின் கனவுக் கவிதை சான்று பகர்கிறது. இந்தச் சிக்கல் தீர்வற்ற சிக்கலாக நனவிலிக்குள் பொதிந்திருப்பதாகும். இது அனைவருக்கும் பொது. ஐந்து வயதில் தாயை இழந்த பாரதியாருக்கு இந்த இடிபஸ் வலி கொஞ்சம் கூடுதலாக இருக்கும் என்பதில் ஐயமில்லை. அதைத்தான் இந்தக் கனவுக் கவிதை வெளிப்படுத்துகிறது. இந்தக் கவிதை, ‘இடிபஸ் எழுதிய கனவு’. இந்தச் சரிதை அவரது நனவிலி சரிதை, இதுவே அவரின் ஒட்டுமொத்த சுய சரிதையின் சுருக்கம்.

◎

நிறைவுரை

காதலென்பதும் ஓர்வயின் நிற்குமேல்
கடலின் வந்த கடுவினை யொக்குமால்

- பாரதியார்

‘உன்னிடம் எது இல்லையோ, அதை விரும்பிக் கேட்காத ஒருவருக்குக் கொடுக்க நினைப்பதுதான் காதல்’ என்பார் லக்கான். இந்தக் கருத்துக்குப் பின்னால் ஃப்ராய்ட் இருக்கின்றார். ஒருவரைக் ‘கண்டதும் காதல்’ வர நனவிலி மனமே காரணம். உள்ளப் புணர்ச்சி என்பது நனவிலிப் புணர்ச்சியாகும். லைலாவைப் பைத்தியமாகக் காதலிக்கும் கயஸ் தனது பெயரை மஜ்னு என்று மாற்றிக் கொண்டான். இதன் பொருள் பித்தன். ‘அசிங்கமான லைலாவை ஏன் விரும்புகிறாய்’ என்று நண்பர்கள் கேட்டதற்கு, ‘லைலாவைக் கயஸ் கண்ணில் பார்’ என்றான். இதன் பின்னணியில் தனியர் வாழ்வு சார்ந்த நனவிலி அனுபவம் உள்ளது என்பதை நாம் புரிந்து கொள்ளலாம். ‘காதலுக்குக் கண்ணில்லை’ என்பர். இது, ‘காதலுக்கு நனவு மனம் இல்லை’ எனப் பொருள்படும்.

காதல் எனும் உணர்வு பொதுவாகத் தெரிந்தாலும் ஒவ்வொருவருக்கும் வேறுபட்டது. மனிதரின் ஒவ்வொரு உணர்வும் தனியர்துவமானது. இது, காதலுக்கும் பொருந்தும். அந்த வகையில் பருவக் காதலானது அவரவரின் குழந்தைப் பருவத்து அனுபவங்கள் பொருத்து அமையப் பெறும். இருப்பினும், சில பொதுமைகள் இருக்கும். சான்றாக, காதலர்களுக்கு இடையிலான உணர்வெழுக் கட்டு (emotional tie) பொதுவாக இருந்தாலும் நனவிலி மனம் பொருத்து இதன் அழுத்தம் வேறுபடும்.

காதலர்களுக்கு இடையிலும் இந்த வேறுபாட்டைக் காணலாம். இருவரும் ஒருமித்த உணர்வழுத்தத்துடன் காதலிப்பர் என்று சொல்வதற்கில்லை.

காதலில் உடல் காதல், உள்ளக் காதல், அறிவுக் காதல் ஆகிய பிரிவுகள் உள்ளன. உடற்காதல் என்பது இனக் கவர்ச்சி. உள்ளக் காதல் என்பது உள்ளப் புணர்ச்சி. அறிவுக் காதல் என்பது அறிவுத்திறன் சார்ந்தது. இவற்றுக்கும் மேலாக ஆன்மக் காதல் உள்ளது. இது, ஆன்ம ஈர்ப்புத் தொடர்பானது. மிக அரிதான ஒன்று. இது குறித்து இந்தியத் தத்துவத்தில் தாந்ரீகம் எனும் பெயரில் பேசுகிறது. மாறாக, உளவியல் துறையானது உள்ளப் புணர்ச்சிப் பற்றிப் பேசுகிறது. இதுதான் பாரதியார் காதல். இவரின் காதல் உடல், அறிவு, ஆன்ம நிலையிலிருந்து வேறுபட்டு இருக்கின்ற உளப்பூர்வமான காதலாகும். (உளப்பகுப்பாய்வு நோக்கில் ஆன்மக் காதலைப் புரிந்துகொள்ள யூங்கியம் தேவை).

ஃப்ராய்டின் பார்வையில் காதல் என்பது தன்மோகம் எனப்படுகின்ற தற்காதலை முன்மாதிரியாகக் கொண்டு நடக்கின்ற உள நிகழ்வு ஆகும். அதாவது, சுயத்தின் மீதான காதல் மாற்றுருவாக்கமாகி, அதன் வழியில் புறக் காதல் உண்டாகிறது. அதனால்தான், (உண்மைக்) காதல் நபர் சுயத்தின் பிம்பமாக விளங்குகின்றார். இந்தத் தன்மோகத்தில் முதல்நிலைத் தன்மோகமே முன்மாதிரியாகும். முதல்நிலைத் தன்மோகம் என்பது கைக்குழந்தைப் பருவத்தில் புறப்பொருள் எண்ணம் தோன்றாத கட்டத்தில் ஏற்படுகின்ற தன்மோகம் ஆகும். இதுதான் காதலுக்கு அடிப்படை.

இரண்டாம்நிலைத் தன்மோகம் என்பது பிடித்தமான புறநபர் மீதான காதல் கைக்கூடாதபோது ஏற்படுகின்ற தன்மோக நிலையாகும். இதைத்தான் அதிகமாக அனுபவிக்கிறோம். இதன்படி, மோகம் என்பது 'முதல்நிலைத் தன்மோகம் - புறநிலைமோகம் - இரண்டாம்நிலைத் தன்மோகம்' என்கிற படிநிலையில் அமைவது. இந்தப் படிநிலையின் மையத்தில் இருப்பது காதல். இதற்கு முன்மாதிரியாக அமைவது முதல்நிலைத் தன்மோகம். காரணம், இதுதான், முதல் அனுபவம். மேலும், மோகத்தை உணர்வுபூர்வமாக அனுபவிக்கின்ற கட்டமும் இதுவே ஆகும். அதனால், இது உள்ளத்தில் மோகம் சார்ந்த முதல் பதிவு

என்றாகிறது. எனவேதான், மனிதன் அடிப்படையில் தன்மோகி (சுயநலம்) என்றாகிறான். (லக்கானிடம் இந்தக் கருத்து வலுவாக உள்ளது).

பொதுவாகக் காதல் உணர்வு பார்வையில் தொடங்குகிறது. இதுதான் காதலின் முதல் நிலை. பார்வைக் காதல், புன்னகைக் காதல், பேச்சுக் காதல், தீண்டல் காதல் எனப் பல நிலைகளைக் கடந்து பாற்குறிக் காதலில் (genital love) வந்தடைகிறது. முந்தைய நிலைகளில் ஏதோ ஒன்றில் சிலரிடம் தேக்கமாவதுண்டு. பார்வையிலேயே காதல் கொண்டு இருப்பர். சிலர் புன்னகையில் நின்றுவிடுவர். காரணம், சூபர் ஈகோ. இதுதான் காதலின் எதிரி.

காதல் என்பது இயற்கையான உணர்வு அதை வெளிப்படுத்தக் கூடாது என்று சமூகப் பண்பாடு தடை விதிக்கிறது. இந்தத் தடை உள்ளத்தில் நிரந்தரமாக அமைந்துவிடுகின்றது. இதை மீறுவது கடினம். சூபர் ஈகோவுக்கு அடிப்பணிந்து இருக்க வேண்டும் என்பதுதான் உளவிதி. காரணம், ஈகோவைவிட சூபர் ஈகோ வலிமைமிக்கது. அதனால்தான், காதல் திருமணம் செய்து கொண்டவர்கள் கூட உடன்பிறந்தோரின் அல்லது உறவினரின் காதலை ஏற்க மறுப்பர். அவ்வளவு எளிதில் சூபர் ஈகோ ஏற்காது என்பதால்தான் பலரின் காதல் மௌனமாகவே கரைந்து போகின்றது.

பாரதியாரின் காதலும் கனவாகக் கரைந்து போக சூபர் ஈகோவே காரணம். இவர் காதலைத் தந்தைவழி சூபர் ஈகோ அமுக்கி விடுகின்றது. மேலும், அகத்தில் இருக்கின்ற இந்த சூபர் ஈகோ, தனக்கேற்பக் காதலிக்க வேண்டும் என்று (திருமணம்) ஈகோவைக் கட்டாயப் படுத்துகின்றது. பெற்றோர் உறவினர் அங்கீகாரமே சூபர் ஈகோவின் முதன்மையான அமைப்பு. பெற்றோருக்கு அஞ்சி தமது காதலை வெளிப்படுத்தாத ஈகோ உள நெருக்கடிக்கு ஆளாகிறது. நனவிலி விருப்பம் இங்கே அடக்குமுறைக்கு ஆளாகிறது. தனது காதல் கொலை செய்யப்பட்டிருப்பதைப் பாரதியார் உணர்கிறார்.

சாத்தி ரங்கள் கிரியைகள் பூசைகள்
சகுன மந்திரந் தாலி மணியெலாம்
யாத்தெ னைக்கொலை செய்தனர்

என்கிறார். இதனால், உள வாழ்வு பிறழ்ந்து போகிறது. அவரின் நனவிலிக் காதல் நனவின் கட்டாயத் திருமணத்தால் அழுத்தப்பட்டு விடுகின்றது. இந்த அமுக்கத்திலிருந்து மீண்டு வர முடியாமல் உள்ளம் நிலைக்குலைந்து போகிறது. இது அடுத்தடுத்த வாழ்வைப் பாதிக்கிறது. அதைத்தான் இந்த ஆய்வில் கண்டோம்.

இடிபஸ் சிக்கல் மிக முக்கியமானது. இதை அனைத்து உளநரம்பு நோய்களுக்கும் மையக்கருவாக விளங்குகிறது என்பார் ஃப்ராய்ட். பெற்றோரை அப்படியெல்லாம் பார்க்கக் கூடாது என்கிற உணர்வு மிகப் பெரிய தாக்கத்தை ஏற்படுத்துவதாகும். அருணகிரிநாதர் வாழ்க்கைப் பற்றி நமக்குத் தெரியும். பாலியல் வெறுப்பு அவரைத் துறவு நிலைக்கு வரச் செய்தது. காமுகரான அவர் குட்டரோகம் வந்த பிறகும் காமத்தை விட முடியவில்லை.

ஒரு கட்டத்தில் தனது தமக்கை வந்து தன்னையே எடுத்துக் கொள்ளச் சொன்னதும், அவர் மனம் கலங்கி முற்றும் துறந்தார். தமக்கைக்கே இந்த நிலை என்றால் தாய்ப் பற்றிக் கேட்க வேண்டாம். அந்த அளவுக்கு தகாப்புணர்ச்சிக்குள் (incest) இடிபஸ் சிக்கல் வீரியம் மிக்கதாக உள்ளது. பாரதியாரின் வீரியமான இடிபஸ் சிக்கல் இல்லறத்தையே அன்னியப் படுத்திவிட்டது. இடிபஸ் காதலுடன் கொஞ்சம் நெருக்கமாக இருக்கின்ற இல்வாழ்வே மனநலம் தரும். இதைத்தான் பாரதியார் வாழ்க்கை மூலம் அறிய முடிகிறது.

தொடக்கத்தில் கூறியபடி, மனத்தால் வாழ்பவன் மனிதன். அவனுக்கு உள வாழ்வு முதன்மையானது. அதிலும், நனவிலி சார்ந்த வாழ்வே நலம் பயக்கும். ஒரு மனிதன் முழுமைக்கும் நனவிலியாகிவிட முடியாது. என்றாலும், நனவிலி நெருக்கத்தில் வாழ முடியும். அதுதான் மனநலம். உளப்பகுப்பு மருத்துவம் இதைத்தான் செய்கிறது. குறிப்பாக, நனவுக்கு ஏற்றபடி நனவிலியைக் கொஞ்சம் திருத்தம் செய்கிறது.

நனவிலிக்கு அன்னியமாக (இல்லற) வாழ்வதில் அர்த்தம் கிடையாது. அதனால்தான், நனவிலியை அழிக்க முடியாவிட்டாலும் அத்துடன் ஓரளவுக்கு இணக்கமாக வாழ முடியும் என்பது ஃப்ராய்டின் கருத்து. உளநரம்பு நோயைக் குணப்படுத்த முடியாவிட்டாலும் அதன் வீரியத்தைக் குறைக்க

முடியும். இதைத்தான் உளப்பகுப்பு மருத்துவம் செய்கின்றது. நனவிலிக் காதலுக்கு இணக்கமான நனவுக் காதல் மன நிறைவு கொள்ளும். பாரதியாரின் காதல் ஆழமான, அழுத்தமான காதல். அது கனவாகக் கலைந்து போய்விட்டது. அவரின் நனவிலி வாழ்வு முற்றிலும் 'சாதல்' ஆகிவிட்டது.

◉

துணை நூல்கள்

Adams, Michael (2008) 'The Archetypal Schoo'l. Young-Elisabeth, Polly (ed). Cambridge Companion to Jung. Cambridge University Press. Cambridge.

Freud, Sigmund (1986) The Standard Editions of Complete Psychological Works of Sigmund Freud. Vol. 9, 10, 14, 19. The Hogarth Press and The Institute of Psychoanalysis. London.

Gay, Peter (1998) Freud: A Life for Our Time. Norton & Co. New York.

Laplanche J & J.B. Pontalis (1973) The Language of Psychoanalysis. The Hogarth Press and The Institute of Psychoanalysis. London.

Quinodoz, Jean-Michel (2005) Reading Freud: A Chronological Exploration of Freud's Writing. Routledge. London.

Stafford & Clark, David (1983) What Freud Really Said. Penguin Books Ltd. Newyork.

Storr, Antony (2001) Freud: A Very Short Introduction. Oxford University press. Oxford.

Sulloway, Frark. J (1980) Freud: Biologist of the mind. Clarion Books. New Delhi.

Trilling, Lionel (1972) 'Freud and Literature'. David Lodge (ed). Twentieth Century Literary Criticism: A Reader. Langman. London. pp. 275-90.

ஆசிரியரின் பிற நூல்கள்

- *சிக்மண்ட் ஃப்ராய்ட்: உளப்பகுப்பாய்வு அறிவியல் (2005)*
- *ஃப்ராய்ட் யூங் லக்கான்: அறிமுகமும் நெறிமுகமும் (2007)*
- *உளவியல்: மிகச் சுருக்கமான அறிமுகம் (2007)*
- *ஒரு ஃப்ராய்டியன் பார்வையில் தமிழ் நாட்டுப்புற வழக்காறுகள் (2011)*
- *தொல்காப்பியமும் ஃப்ராய்டியமும் அழகியல் இணைநிலைகள் (2011)*
- *உணர்வெழுச்சி: மிகச் சுருக்கமான அறிமுகம் (2013)*
- *தீண்டாமை நனவிலி: சாதிய உளப்பகுப்பாய்வு (2014)*
- *புதுமைப்பித்தன் கனவும் உளப்பகுப்பு ஆய்வும் (2016)*
- *ஒரு துளியின் துளித்துளி (நவீன கவிதை) (2018)*
- *எளிய மொழியில் உளவியல் ஆலோசனை (2019)*
- *காப்பிய உளப்பகுப்பாய்வு: ஃப்ராய்ட் யூங் லக்கான் (2020)*
- *அம்மா வந்தாள் உளப்பகுப்பாய்வு: ஃப்ராய்ட் யூங் லக்கான் (2022)*
- *மூாக் லக்கான்: குறியியல் உளப்பகுப்பாய்வுக்கு ஓர் அறிமுகம் (2023)*
- *ஃப்ராய்ட் யூங் லக்கான்: அறிமுகமும் அதற்கு அப்பாலும் (2024)*

குறிப்புகள்